गरुडझेप

(तीन अंकी ऐतिहासिक नाटक)

रणजित देसाई
वसंत कानेटकर

मेहता पब्लिशिंग हाऊस

GARUDZEP by RANJEET DESAI & VASANT KANETKAR

गरुडझेप : रणजित देसाई व वसंत कानेटकर / नाटक

© सौ. मधुमती शिंदे / सौ. पारु नाईक / सौ. अंजली कानेटकर

मराठी पुस्तक प्रकाशनाचे हक्क मेहता पब्लिशिंग हाऊस, पुणे.

प्रकाशक : सुनील अनिल मेहता, मेहता पब्लिशिंग हाऊस,
१९४१ सदाशिव पेठ, पुणे - ४११०३०.

मुखपृष्ठ : चंद्रमोहन कुलकर्णी

प्रकाशनकाल : १९७४ / १९८८ / ऑगस्ट, २०१३ / नोव्हेंबर, २०१६ /
पुनर्मुद्रण : ऑक्टोबर, २०१७

P Book ISBN 9788184985078
E Book ISBN 9788184989670
E Books available on : play.google.com/store/books
www.amazon.in

राजमाता जिजाबाई
आणि
छत्रपती श्रीशिवराय
यांच्या चरणी ही नाट्यकृती
अर्पण

प्रिय रसिकराज,

हा प्रस्ताव करण्याचे वास्तविक काहीही कारण नाही. आम्ही दोघेही शिवभक्त. नाटकाचे प्रेमी. त्याचमुळे हा संकल्प सोडला आणि गजाननाच्या कृपेमुळे तो सिद्धीस पावला. आजवर दोन लेखकांनी मिळून लिहिलेले नाटक यशस्वी म्हणून गाजले नाही; हा इतिहासाचा निर्णय. त्याला अपवाद म्हणून 'गरुडझेप' घडविण्याचे सामर्थ्य श्रींचे आहे. आम्ही निमित्तमात्र आहो. छत्रपती शिवाजी महाराजांनी जे हिंदवी राज्य घडविले, त्या गोवर्धन पर्वताला असंख्य थोरामोठ्यांचे हात लागले. म्हणून ते अवतरले... अशी खुद्द छत्रपतींची भावना होती. त्या शिवचरित्रातले एक सोनेरी पान लिहिण्यासाठी दोन मराठी लेखकांनी भक्तिभावाने एकत्र यावे यात नवल ते काय घडले! पण आजचा कालमहिमा पाहता हाही एक दुर्मीळ अनुभवच म्हणावा लागेल. ही नाट्यकृती आपणास आवडली, तशी पावती आपण आम्हास दिली – यात आम्ही सगळे भरून पावलो.

या नाटकातला कथाभाग 'श्रीमान योगी' या शिवचरित-कहाणीत येऊन गेला आहे, तो वाचल्यावर एके प्रसंगी वसंत कानेटकर रणजित देसाईंना म्हणाले, "रणजित, हा कथाभाग वस्तुत: एका नाटकाचा विषय आहे. औंधकरांचं 'आग्र्याहून सुटका' नाटक मी वाचलंय, पाहिलंही आहे. तरीही मला वाटतं की, शिवाजी महाराजांची एक आगळीच थोरवी – प्रचंड पराभव आणि दारुण अपमान यांच्या वेदनेतून उसळणारी थोरवी या कहाणीत आहे. ती रंगमंचावर नाट्यरूपानं उभी राहिली पाहिजे. तुम्हीच हे नाटक लिहिलं पाहिजे." रणजित देसाई म्हणाले, "तसं का म्हणता? आपण दोघं मिळून लिहू या." त्याच क्षणी संकल्प सोडला गेला. या नाटकाचा पोत, पाहणाऱ्यांना आम्ही दोघांनी कुठे काय केले त्याची जाण आणि जाग उरू नये, एवढी मुलायम गुंफण, एकसंध लेखन झाले आहे, अशी दाद दिली, तर आम्हास धन्यता वाटेल. अजंठा आणि वेरूळ यांची लेणी घडविणारे असंख्य कलाकार अडीचशे वर्षे खपत होते, तरी त्या सर्व लेण्यांतून दिसणारा हात एकाच कलाकाराचा आहे. आम्ही दोघांनी हेच स्वप्न आदर्श म्हणून उराशी बाळगले होते आणि आहे.

– आणि आमचे परम भाग्य हे की, या शिवपूजेत निर्माते मोहन वाघ, त्यांची

'चंद्रलेखा' आणि या संस्थेतले सगळेच लहानथोर कलाकार, कार्यकर्तें आणि रंगमंचामागे राबणारे श्रमिक कर्मचारी या सर्वांनी मनोभावे सहकार्य दिले. शिवप्रभूच्या पराक्रमाची करांगुली आणि आम्हा सर्वांचे हात यांमुळेच हा गोवर्धन उचलला गेला आहे. या शुभ कार्यात कोणाकोणाचे बळ कारणी लागले म्हणून सांगावे! ज्यांना स्वरतालांची जन्मजात देणगी लाभली त्या स्वरसम्राज्ञी लता मंगेशकरांच्या हस्ते या नाटकाचा शुभ मुहूर्त घडला. वयाने आणि मानाने नाट्याचे यश अजमावणारे दत्तारामबापू यांचे दिग्दर्शन या नाटकास लाभले. शिवभक्त भालजी पेंढारकरांचा अफझलवधाचा पोवाडा तर या नाटकाचा आशीर्वाद. महाराष्ट्राचे थोर शाहीर पिराजीराव सरनाईक यांचे त्या पोवाड्याला मार्गदर्शन मिळाले. तुकारामाची अभंगगाथा स्वरबद्ध करणारे श्री. श्रीनिवास खळे यांनी कल्पकतेने या नाटकाला पार्श्वसंगीत दिले. असा मणिकांचनयोग लाभल्यावर ही नाट्यकृती आपणास प्रिय व्हावी यात नवल ते कसले!

लेखक म्हणून आम्ही दोघे या सुहृदांशी आणि आपणासारख्या कलारसिकांशी कृतज्ञ आहो. यशाचे वाटेकरी एकमेव शिवप्रभू. उणीव असेल, तर ती आम्हा दोघांची.

आपले

रणजित देसाई
वसंत कानेटकर

मुंबई
१-१-७४

दिग्दर्शक
मा. दत्ताराम

पार्श्वसंगीत
श्रीनिवास खळे

नेपथ्य
मोहन शेडगे

प्रकाश
बाबा अरुण

ध्वनी
नाथा खानोलकर

रंगभूषा
कृष्णा बोरकर,
सुधाकर मोरे

वेषभूषा
राम गोठस्कर, जगन,
ननावरे, लक्ष्मण गोपाळ

प्रकाश-सहायक
सुरेश सावंत

रंगमंच-व्यवस्था
दादा मिस्त्री आणि
सहकारी

रंगमंच-सहायक
दत्ता चौधरी, ताता नाईक,
हनुमान शिंदे, गणेश गोरे,
शिरीष मानकामे

कलावंत

शिवाजी
श्रीकांत मोघे

औरंगजेब
जनार्दन सोहनी

हिरोजी
भास्कर सावंत

जाफर
प्रभाकर आंबिये

जसवंतसिंग
दिलेरखाँ
गौरू दळवी

अनाजी
हकीम
दत्ता चौधरी

येसाजी
असदखाँ
ताता नाईक

पुतळाबाई
ललिता केंकरे

मदारी
गणेश सोळंकी

मिर्झाराजे
पोलादखाँ
जगन्नाथ कांदळगावकर

मोरोपंत
मा. गंगाराम

संभाजी
मा. हरीष

पिराजी
शाहीर मनोहर जोशी

शिपाई
कृष्णकांत जाधव

रामसिंग
उदयराज
स्नेहल दत्त

उग्रसेन
सुभाष दातार

जिजाबाई
आशालता

निर्माता
मोहन वाघ

अंक पहिला

प्रवेश पहिला

स्थळ : *राजगडमहाल.*
वेळ : *सायंकाळ.*

नाटक सुरू होण्याआधी पोवाडा कानांवर येत असतो. पडदा उघडतो, तेव्हा राजगडचा महाल नजरेत येतो. महाल प्रशस्त बैठकीने युक्त असा आहे. पाठीमागे उजव्या कोपऱ्यात महालाचा आतला दरवाजा दिसतो आहे. पडदा पडतो, तेव्हा शाहीर पिराजी अफजलवधाचा पोवाडा गात असतो. त्याच्या मागे थोड्या अंतरावर हिरोजी, येसाजी, मोरोपंत, मदारी वगैरे मोजकी माणसे उभी आहेत. कवन चालू असते.

प्रतापगडच्या पायथ्याशी खान, आला बेगुमान
नाही त्याला जाण, शिवाजीराजांच्या करामतीची,
तशी नाही जाणीव शक्तीची,
करील काय कल्पना युक्तीची,
महाराजांनी निरोप घेतला, दंडवत घातला भवानीला,
तसाच आई जिजाईला, वखुत ह्यो वंगाळ जी कसला,
पाणी आलं आईच्या डोळ्याला, सरदार लागलं रडायला,
असला बेहुदा वखुत आला,
दुश्मनाच्या गोटात चालला मराठ्यांचा राजा...

(शाहीर थांबतो. आश्चर्यचकित झालेली जिजाबाई शाहिराकडे पाहते.)

जिजाबाई : शाहीर, मध्येच का थांबलात?

पिराजी : माफी असावी. पण महाराजांनी एखादा तरी चौक ऐकावा, असं वाटतं.

जिजाबाई : (नि:श्वास सोडून) वाटून काय उपयोग, बाबा! आतापर्यंत चार निरोप पाठवले, तुमच्या राजांना राजकारणाखेरीज काही सुचत नाही. मोरोपंत!

मोरोपंत : जी!

जिजाबाई : राजे सदरेवरच आहेत ना?

मोरोपंत : जी, मासाहेब! महाराजांनीच मला पुढं जायला सांगितलं. पाठोपाठ येतो म्हणाले.

जिजाबाई : म्हणाले, पण आले नाहीत. पुरंधरची काही खबर तर आली नाही?

मोरोपंत : त्याची चिंता नसावी. पुरंधर वेढ्यात सापडला असला, तरी तो सहज वर्षभर भांडेल. मुरारबाजीच्या हाती गड सुरक्षित आहे.

जिजाबाई : संकटं येतात, तशीच ती निघूनही जातात. पण मोरोपंत, त्यासाठी झुरावं लागतं. ऐन उमेदीची वर्षं खर्ची पडतात. त्याचं वाईट वाटतं. राजांच्या मनाला थोडा विसावा मिळावा, म्हणून तर आम्ही हा पोवाड्यांचा बेत आखला. शाहीर, तुमचं कवन छान जमलंय. पुढं ऐकावंसं वाटतं. प्रतापगडच्या माचीवर त्या वेळी कोण प्रसंग उभा राहिला असेल नाही?

हिरोजी : मासाहेब, मी होतो नवं! शाहिरानं कवन केलं, त्यात कायबी खोटं न्हाई. आज साऱ्या शिबंदीच्या ओठांवर तेच कवन हाय. मलाबी येतंय...

मदारी : हां हां, हिरोजी, तुम्ही आवाज नका लावू, नाहीतर कवन ऐकायला येणारे महाराज अर्ध्या वाटेवरूनच माघारी जातील.

हिरोजी : माझ्या आवाजाची थट्टा करतोस? लेकरा, पोवाडा ऐकून लढाई कळत नाही. अरं, या हिरोजीनं 'हर हर महादेव'चा गजर केला, तर मेलेला मुडदा उठून बसतूया.

मदारी : मग जिवंत असलेल्याचं काय होतं?

हिरोजी : काय?

जिजाबाई : गप रे, मदारी. (हसू आवरून) राजांनी तुला भारी शेफारून ठेवलंय. जिथे-तिथे थट्टा. पिराजी, तुम्ही शिलेदारीत आहात?

पिराजी : जी! नाही, मासाहेब! मी पीलखान्यात आहे.

(मदारी हसतो. साऱ्यांचे लक्ष त्याच्याकडे जाते. तो एकदम गप्प होतो.)

जिजाबाई : काय रे मदारी!

मदारी : काही नाही, मासाहेब!

जिजाबाई : का हसलास? काय आलं मनात?

मदारी : बोललं तर तुम्हीच रागवता, मासाहेब.

जिजाबाई : बोल? काय आलं मनात?

मदारी : मासाहेब, शाहिरानं एवढं सुंदर कवन कसं बांधलं, याचं आश्चर्य वाटत होतं ना? त्याचं उत्तर सापडलं.

जिजाबाई : काय?

मदारी : पिराजी पीलखान्यात आहेत ना? उंट उंच असतो. उंटावरच्या माणसाला खूप दिसतं.

जिजाबाई : (हसू न दाखवता) राजे येऊ देत. तुझीही नेमणूक पीलखान्यातच करू. जन्मजातच तू उंटावरचा शहाणा; तिथेच शोभशील. शाहीर तुम्ही मदारीकडे लक्ष देऊ नका. तुम्ही पोवाडा गा.

पिराजी : जी! पण महाराज –

जिजाबाई : ते येतील तेव्हा येऊ देत. (पिराजी डफ उचलतो. कवन गाऊ लागतो.)

भेटीसाठी छान उभारीला, नक्षीदार शामियान्याला,
आणि अशा या शामियान्यात,
खान डौलात डुलत आला, सैय्यद बंडा त्याच्या संगतीला,
शिवबाच्या संगती महाला, शिवबा सदा सावद वकताला,
खान करील दगाबाजीला,
धिम्या पावलानं तंबूत शिरला शिवाजी राजा...

(शिवाजीराजे संतप्त झालेले प्रवेश करतात. हात उंचावतात. कवन स्थिरावते.)

शिवाजी : थांबा! बंद करा हा पोवाडा. (सारे थक्क होतात. जिजाबाई उठून उभी राहते.)

जिजाबाई : राजे, शाहिरांना आम्ही बोलावलं. आमच्या आज्ञेनं ते पोवाडा गात आहेत.

शिवाजी : क्षमा, मासाहेब! पण पोवाडे ऐकत बसण्याचे दिवस आता संपले आहेत.

जिजाबाई : शिवबा!

शिवाजी : मासाहेब, मिर्झाराजांसारखा प्रबळ शत्रू आमच्या छातीवर पाय

रोवून दारी उभा असता कवनं ऐकत बसायचा का वख्त आहे हा?

जिजाबाई : हिरोजीनं गळ घातली; तुमच्या त्रस्त मनाला विरंगुळा वाटेल, असं वाटलं.

शिवाजी : आणि म्हणून या शाहिरांना बोलवलंत?

जिजाबाई : राजे! पराक्रमाला सदैव संकटंच सामोरी असतात. पण जेव्हा मन थकतं, तेव्हा जुनं आठवलं, तर नव्याकडे धीरानं पाहता येतं. शाहीर तुमचंच कवन गात आहेत. अफझल-वेळचा तुमचा पराक्रम ते सांगत आहेत.

शिवाजी : नाही, मासाहेब, गतपराक्रमाच्या आठवणी उगाळून वर्तमानाला सामोरे जाता येत नाही. शायरी हा फावल्या वेळचा शौक आहे. मोरोपंत, शाहिरांना बिदागी देऊन पाठवा.

पिराजी : महाराज, आपण एखादा तरी चौक ऐकावा...

शिवाजी : नाही, शाहीर, तेवढी उसंत आम्हाला नाही. मोरोपंत –

पिराजी : महाराज, असं म्हणू नका. गरिबाचा एखादा जरी चौक ऐकलात, तरी माझी कुळी धन्य होईल.

शिवाजी : (हसतात.) शाहीर, आम्ही कवन ऐकलं नाही, तरी आम्ही एक मार्ग सांगतो. तुम्ही मिर्झाराजांच्या गोटात जा. त्यांचे, दिलेरखानाचे पोवाडे गा. तुमची कुळी उद्धरून जाईल, एवढी बिदागी ते जरूर देतील.

पिराजी : महाराज! गनिमाची भाटगिरी करून हा शाहीर जगत नाही. माझं कवन आपल्यालाच ऐकावं लागेल.

शिवाजी : शाहीर, तो हट्ट आता पुरवला जाणार नाही. बिदागीच्या आशेनं घरबसल्या डफावर थाप मारीत मन मानेल ते कवन रचण्याचे दिवस आता राहिले नाहीत. तसल्या स्तुतीत आम्हाला रस नाही.

पिराजी : महाराज...

शिवाजी : शाहीर, जा तुम्ही. (शिवाजीराजे वळतात.)

पिराजी : थांबा, महाराज, अशी पाठ फिरवू नका. आपल्याला तसं करता येणार नाही. (शिवाजीराजे संतापाने वळतात. पिराजीचे ओठ थरथरत असतात.)

महाराज! घरबसल्या डफावर थाप मारून कधी माझं कवन उभं राहिलं नाही. महाराज, अफझलखानाबरोबरच्या लढाईत माझी दोन मुलं आपल्या सेवेत खर्ची पडलीत...

शिवाजी : शाहीर, काय सांगता!

पिराजी : घरबसल्या डफावर थाप मारून माझं कवन कधी रंगलं नाही.

		माझ्या सुनांनी उतरलेल्या कुंकवात माझी कवनं भिजली आहेत.
शिवाजी	:	शाहीर, म्हणजे तुम्ही...

(राजे थक्क होऊन मोरोपंतांच्याकडे पाहतात.)

हिरोजी : होय, महाराज, पिराजी आपल्या पीलखान्यात चाकरीला आहेत. त्यांची दोन्ही मुलं शिलेदारीत होती. खान गारद झाल्यावर खानाच्या छावणीवर जो हल्ला झाला... (शिवाजीची मुद्रा बदलते.)

शिवाजी : ते सगळं आम्हाला ठाऊक आहे! पिराजी, आम्हाला क्षमा करा. आम्ही तुम्हाला ओळखलं नाही. आज आमचं मन स्वस्थ नाही. त्याचमुळे आमच्या हातून हा प्रमाद घडला. उसंत नाही, तरीही आम्ही तुमचं कवन जरूर ऐकू.

पिराजी : तो हट्ट आता राहिला नाही... पुढं केव्हातरी...

शिवाजी : नाही, पिराजी, आम्ही आताच कवन ऐकू. प्रसंग कोणताही असो, पण आता तुमचं कवन न ऐकता तुम्हाला माघारी पाठवलं, तर परमेश्वरही आम्हाला क्षमा करणार नाही. स्वराज्याच्या कारणी ज्यांनी आपली पुत्रसंपदा खर्चली, त्यांचं कवन ऐकायला राजाला उसंत मिळालीच पाहिजे. शाहीर, तुम्ही आमची चिंता करू नका. तुम्ही गा. जिथे थांबला होता, तिथून पोवाडा सुरू करा.

पिराजी : जशी आज्ञा!

(पिराजी कवन सुरू करतो. राजे तन्मयतेने पोवाडा ऐकत असतात.)

(पोवाडा)

समोर भेटीसाठी आलेल्या महाराजांचा अपमान करण्याच्या हेतूनं
हाक मारतो.
या, राजेऽऽ
खान हाक मारतो हासरी, रोखून नजर ती गहिरी,
पण आमचे महाराज काय कच्चे, ते तर खानाच्या बाच्या बाचंबी
बारसं जेवलेले.
धिम्या पावलानं आली स्वारी,
चाल चित्त्याची सावध भारी,
महाराज जवळी गेला, कवळितो खान राजाला.
भेटी होता बाहूंत धरला,
एकदा बाहूंत धरल्यावर मग काय –

खान दाबी मानी मानेला, कळिकाळाच्या हातांत पडला,
देशधर्माचा पालनवाला शिवाजीराजा
घमोडीत दाबी राजाला, मुर्गीच वाटली त्याला,
उपसून कट्यार वार केला, बर्गडीत भोसकून गेला,
खर्र खर्र आवाज झाला,
खर्र खर्र आवाज का झाला?
चिलखत होतं अंगाला,
खानाचा वार फुका गेला, खान येडबडला
सह्याद्रीचा सिंह गर्जला, बिजलीच्या वेगानं हलला,
पोटात बिचवा ढकलला, वाघनखांचा मारा केला,
टरटरा फाडलं पोटाला, तडाख्याला खानाचा कोथळा बाहेर आला,
राजानं पट्टा घेतला, त्याचा आहेर केला खानाला,
पट्ट्यानं उभा हो चिरला, लोळवलं धूड धरणीला,
खान अखेर विव्हळत कुथला 'अल्ला अल्ला,'
प्रतापगडचे युद्ध जाहले, रक्त सांडले,
पाप सारे गेले, पावन केला कृष्णेचा घाट
लावली अखेर सलामीची हो वाट,
मराठेशाहीचा मांडला थाट!

शिवाजी	:	वाहवा! पिराजी, कवन सुरेख बांधता. बाळराजे, पोवाडा आवडला ना!
संभाजी	:	जी! खूप आवडला. आबासाहेब, आम्ही मोठे झालो की, आम्हीसुद्धा असंच कवन करू...
शिवाजी	:	(हसतात. संभाजीला जवळ घेतात.) नाही, बाळराजे! तुम्ही कवन करायचं नाही. शाहिरांनी तुमच्यावर कवन करावं, असा पराक्रम तुम्ही करायचा.
जिजाबाई	:	पिराजींनी खानाचा प्रसंग कसा डोळ्यांसमोर उभा केला.
शिवाजी	:	जी, मासाहेब! (पिराजी मुजरा करतो.) शाहीर, देवदयेनं आम्ही या संकटातून सुटलो, तर आम्ही तुम्हाला कुठल्यातरी निवांत गडावर अन्य चाकरीत गुंतवू. म्हणजे कवनं करायला तुम्हाला उसंत मिळेल.
शाहीर	:	क्षमा, महाराज! शाहिराचं कवन रणांगणात जन्माला येतं. कृपा झाली, तर शिलेदारीत जागा मिळावी.
शिवाजी	:	मासाहेब, दोन मुलं रणांगणावर खर्ची पडूनही शिलेदारी पत्करणारे हे वीर. याचं मोल आम्ही काय करणार!

(शिवाजीराजे बोटांतील अंगठी काढतात. पिराजीच्या हाती घालतात.)

पिराजी, आमची आठवण म्हणून ही मुद्रा जतन करा. कधी काही संकट भासलं, तर ही आमच्याकडे पाठवून द्या. आम्हाला आमच्या वचनाची आठवण होईल. येसाजी, युवराजांना सदरेवर घेऊन जा. युवराजांच्या हस्ते शाहिरांना बिदागी आणि वस्त्रे द्या. शाहिरांची नेमणूक शिलेदारीत करायला सांगा.

(शाहीर मुजरा करून येसाजी-संभाजींसह जातो.)

शिवाजी	:	या स्वराज्याच्या कारणी किती लोकांना भारी किंमत द्यावी लागणार आहे, काही कळत नाही.
मोरोपंत	:	संकल्प सिद्धीला गेला, तर खर्चलेल्या मोलाची काही तमा नाही.
शिवाजी	:	हो! पण संकल्प सिद्धीला जाईल तर ना! मोरोपंत, अपयशाचा एखादासुद्धा जबरदस्त तडाखा आजवरचा सगळा त्याग मातीमोल करून टाकील, त्याचं भय वाटतं.
जिजाबाई	:	राजे! या मिर्झाराजांची एवढी भीती बाळगता! स्वराज्याची सुरुवातीची लढाई या पुरंधरचीच होती ना! तेव्हा तुमचं बळ केवढं होतं! साध्या दगडधोंड्यांच्या आश्रयानं तुम्ही फत्तेखानाचा पराभव केला. अफझल वीस हजार फौज घेऊन आला, तेव्हा तुमचं बळ फार तर पाच हजारांचं होतं. तेवढ्यावरच तुम्ही अफझल गारद केलात. शाइस्तेखान ऐंशी हजारांची फौज घेऊन उतरला, त्याला मोजक्या माणसांनिशी त्याच्याच गोटात जाऊन गारद करणारे तुम्हीच ना?
मदारी	:	बिचारा अजूनही आपली तुटलेली बोटं शोधीत फिरत असेल. (सारे हसतात.)
जिजाबाई	:	राजे! तुम्ही या मदारीला भारीच लाडावून ठेवलंत. थट्टेखेरीज त्याला काही सुचतच नाही.
शिवाजी	:	मासाहेब, या जगात अकारण रडवणारी माणसं ठायीठायी भेटतात. पण हसवणारी माणसं फार थोडी. हे एक पोरकं पोर तुम्हीच आईच्या मायेनं वाढवलं. तुम्हीच त्याला हसायला नि हसवायला शिकवलंत ना?
जिजाबाई	:	पुरे, पुरे. बोलणं उलटवण्यात तुम्ही लहानपणापासून फार चतुर आहात. आम्ही सांगतो, मिर्झाराजांची एवढी चिंता करण्याचं काही कारण नाही.

मोरोपंत : आम्ही महाराजांना तेच सांगतो आहोत. अजून लढाईला सुरुवात नाही. मिर्झाराजांनी आपली चाल सुरू केलेली नाही. मिर्झाराजांना एवढं मोठं समजण्याचं काही कारण नाही.

शिवाजी : (हसतात.) या शाहिराच्या कवनाचा भारीच परिणाम झालेला दिसतो. नाहीतर आमच्या दरबारी मिर्झाराजांचं एवढं सामान्य मोल झालं नसतं. मोरोपंत, मिर्झाराजांनी आपली चाल केव्हाच सुरू केली आहे.

हिरोजी : महाराज, मी बोलू?

शिवाजी : बोल! आता बोलण्याखेरीज राहिलंय काय?

हिरोजी : लढाई सुरू झाली नाही, तवर मिर्झाराजाचं कवतिक. महाराज, मिर्झाराजा एक लाखाचा असामी असंल, पण आमची चाळीस हजारी शिलेदारी त्याला भारी हाय.

शिवाजी : असेल! पण आजचा प्रसंग बाका आहे. मिर्झाराजे हुशार तर खरेच! एकाच वेळी पुरंधरला वेढा आणि आमच्या मुलुखाची लुटालूट जारी ठेवलीय त्यांनी.

हिरोजी : गावं जाळत, बायाबापड्यांना नागवत फिरणारा तो मिर्झाराजा, त्याचं कसलं कवतिक! ही मर्दाची कामं नव्हत.

शिवाजी : हिरोजी, मिर्झाराजे नुसते सेनापती नाहीत. ते हाडाचे राजकारणी आहेत. मिर्झाराजांची बुद्धी आणि बळ यांच्या पाठिंब्यावरच औरंगजेब दिल्ली तख्तावर बसला आहे. आमचे बासष्ट गड घेणं एवढं सोपं नाही, हे मिर्झाराजे पुरेपूर ओळखून आहेत. आमचा मुलूख बेचिराख केला, आयाबहिणी पळवल्या, निष्पाप माणसं वेठबिगारीसाठी आसुडाच्या धाकाखाली फोडली. आणि सारा मुलूख हवालदिल असता राजे म्हणवून घेणारे आम्ही, आम्ही मात्र गडावर बसून सारं शांतपणे उघड्या डोळ्यांनी पाहतो आहोत.

मोरोपंत : पण यातून मिर्झाराजांना काय मिळणार?

शिवाजी : काय मिळणार? काय मिळणार नाही! मोरोपंत, मिर्झाराजे राजकारणातला सर्वांत मोठा डाव खेळत आहेत. राजाचं राजेपण प्रजेच्या निष्ठेवर. प्रजेची निष्ठाच ढासळली की, राज्य उलथून पडायला कितीसा वेळ लागणार? राजे गडावर सुरक्षित आहेत आणि प्रजेची वाताहत होत आहे. हे असंच चाललं, तर याचा नतीजा जाणता तुम्ही?

मोरोपंत : तह केला तर?

शिवाजी : तह! तहासाठी मिर्झाराजांनी कोणती अट घातली आहे ठाऊक

आहे? संपूर्ण बिनशर्त शरणागती.

जिजाबाई : संपूर्ण शरणागती?

शिवाजी : हो! संपूर्ण शरणागती! त्याखेरीज त्यांना काहीही मंजूर नाही. उलटणारा दरेक दिवस अधिक कठीण बनतो आहे. त्यांनी चारी बाजूंनी तणावा आवळत-आवळत आणल्या आहेत.

जिजाबाई : कसल्या तणावा, राजे...

शिवाजी : मासाहेब, आपली चिंता वाढू नये, म्हणून साऱ्याच गोष्टी आपल्या कानांवर घातल्या नाहीत. आता आपली माणसं फितवायला सुरुवात झाली आहे. पुरंधरचे कोळी बंधू आपल्या पथकांनिशी मिर्झाराजांना मिळाले आहेत.

हिरोजी : बेइमान! केव्हातरी सापडतील.

शिवाजी : त्यांना दोष कशाला? जेव्हा पराजय दिसू लागतो, तेव्हा स्वार्थी हेतूनं आलेल्या माणसाच्या निष्ठा ढळू लागतात. आशा होती ती पुरंधरची.

मोरोपंत : पुरंधर सहज वर्षभर भांडेल.

शिवाजी : मोरोपंत, शाहिराच्या कवनानं शत्रूचे हल्ले परतवले जात नसतात. मासाहेब, आमची पुण्याई कमी पडते आहे, असा भास होतो आहे.

जिजाबाई : पुण्याई कमी पडायला काय झालं? राजे, महाबळेश्वरला केलेला अभिषेक, ग्रहणाच्या वेळी केलेलं सुवर्णदान, त्याला काहीच का अर्थ नाही? राजे, असली कचदिल भाषा तुमच्या तोंडी शोभत नाही.

शिवाजी : ही कचदिल भाषा नव्हे. मासाहेब, आम्ही सत्य पारखून घेतो आहोत. मित्राचं मोल चुकलं तरी चालतं, पण शत्रूचा अंदाज अचूक हवा. लाखाची फौज आहे म्हणून मिर्झाराजे शेफारले नाहीत. आमच्या पारिपत्यासाठी बाहेर पडत असता कोटिचंडीचं अनुष्ठान करून मिर्झाराजांनी मोहीम स्वीकारली आहे. ज्याच्या पाठीशी श्रद्धा आणि अफाट बुद्धिबळ आहे, तो जिथे हात घालील, तिथे त्याला यशच मिळेल.

जिजाबाई : राजे, प्रत्येक संकटाला कुठेतरी वाट असतेच!

शिवाजी : तीच आम्ही शोधतो आहोत. मिर्झाराजे फत्तेखानासारखा आततायी नाही. अफझलसारखा अहंकारी नाही. शाइस्तेखानासारखा गाफील नाही. नजरेनं सावध, मोहऱ्यात अचूक आणि अंदाजात पक्का. बिळातला उंदीर बाहेर पडण्याची वाट पाहत नाग बसावा, तसा तो फणा उभारून आमची वाट पाहतो आहे.

जिजाबाई : मिर्झाराजे फसले, तर तिथेच फसणार आहेत.

शिवाजी : आम्ही समजलो नाही, मासाहेब.

जिजाबाई : आपल्याला ते उंदीर समजत असतील, तर ती मोठी चूक ठरेल. राजे, उंदीर बिळात राहतो. पण पर्वतमाथ्यावर वाढतो तो गरुड.

शिवाजी : गरुड? आम्ही? नाही, मासाहेब, तेवढ्या पल्ल्याचे पंख आम्हास अद्याप तरी लाभले नाहीत. मातेची दास्यातून सुटका करण्यासाठी स्वर्गीचा अमृतकुंभ आणणारा गरुड. त्याची झेप केवढी! आजवर मिळत आलेल्या यशानंदेखील आम्ही भलता भ्रम कधी बाळगला नाही.

(अस्वस्थतेने येरझारा घालीत)

काही कळत नाही. उपाय सुचत नाही. संपूर्ण शरणागती. बिनशर्त शरणागती. नाही, नाही – कदापि नाही. हे राज्य व्हावे, हे तो श्रींची इच्छा आहे. त्या स्वप्नाला आम्ही पुरेपूर जखडलो आहो. त्यापासून माघारी येणे नाही. येणार नाही.

हिरोजी : (पुढे होऊन मुजरा करतो.) राजे, कौल द्यावा.

शिवाजी : हिरोजी, काय आहे मनात?

हिरोजी : भवानीनं यश दिलं, तर मिर्झाराजे या जगात राहणार नाहीत.

शिवाजी : हिरोजी, यापुढं असला आततायी प्रकार चालणार नाही. आमच्या प्रेमापोटी, आमचा सल्ला न घेता हा मूर्खपणा आमच्या कुडतोजी गुजरांनी केला आहे.

जिजाबाई : काय केलं कुडतोजीनं?

शिवाजी : आम्हाला न विचारता, आमचा सल्ला न घेता, ते मिर्झाराजांच्या गोटात शिरले. मिर्झाराजांच्यावर हल्ला केला.

जिजाबाई : आणि...

शिवाजी : पण मिर्झाराजांच्याऐवजी हेच सापडले.

जिजाबाई : मग सुटले कसे?

शिवाजी : सुटले नाहीत, सोडलं. मिर्झाराजांनी कृपावंत होऊन कुडतोजींना घोडा, शिरपाव देऊन सन्मानित करून सोडलं, आणि आमच्यासाठी एक निरोप पाठवला.

जिजाबाई : कसला निरोप?

शिवाजी : शत्रुगोटामध्ये मिर्झाराजा क्षणभरही गाफील राहत नाही. असले पोरखेळ खेळण्यापेक्षा राजे तहाला येतील, तर त्यातच त्यांचं अधिक कल्याण आहे.

जिजाबाई : कसला माणूस म्हणावा तरी!

शिवाजी	:	असा कर्दनकाळ; पण लोभस शत्रू मिळणं कठीण!
		(तेवढ्यात येसाजी घाबऱ्या-घाबऱ्या येतो.)
येसाजी	:	महाराज, पुरंधराहून ताजी खबर घेऊन सांडणीस्वार आलेत.
शिवाजी	:	काय खबर आहे?
येसाजी	:	हातघाईच्या लढाईत मुरारबाजी पडले आणि पुरंधरची माची वज्रगडही पडला.
शिवाजी	:	मुरारबाजी पडले, तर मग आता पुरंधर फार काळ टिकणार नाही. मासाहेब, मिर्झाराजांना संपूर्ण शरणागती देण्यावाचून आमच्यापुढं दुसरा मार्ग नाही. मोरोपंत, सदरेवर चला. रघुनाथपंतांना बोलावून घ्या. आजच्याआज मिर्झाराजांना शरणागतीचा खलिता गेलाच पाहिजे. मासाहेब, येतो आम्ही.
जिजाबाई	:	(डोळे पाणावत) थांब, शिवबा! शिवबा, दुसरा काहीच का उपाय नाही?
शिवाजी	:	नाही, मासाहेब. सर्वनाश टाळायचा असेल, तर या क्षणाला तरी मान झुकवलीच पाहिजे. डोळ्यांवाटे पाणी काढू नका, मासाहेब. डोळ्यांतल्या पाण्यानं संकटं धुतली जात नाहीत. पाहू मिर्झाराजे काय तह करतात ते!
		(शिवाजी पाठमोरा होतो.)
		मासाहेब, गरुड कधी अश्रू ढाळीत नाही. वेदना असह्य झाली, तर उंच आकाशी जाऊन आसमंत जागा करणारा चीत्कार फक्त तो जाणतो. (जिजाबाई अश्रू टिपीत निघून जाते. एकटा शिवाजी रंगमंचावर राहतो.) (हळूहळू प्रकाश मंदावतो.)

[प्रवेश पहिला समाप्त]

प्रवेश दुसरा

स्थळ	:	*मिर्झाराजांचा तळ.*
		रंगमंचावर प्रकाश येतो, तेव्हा मिर्झाराजांचा शाही डेरा दिसतो. भारी बैठकींनी डेरा सजला आहे. मिर्झाराजे उग्रसेन कछवाबरोबर

बुद्धिबळ खेळत आहेत. मिर्झाराजांचे वय साठीच्या घरातले आहे. त्यांच्या मस्तकी केशरी साफा शोभतो आहे. त्यावर पाचूचे पिंपळपान उठून दिसत आहे. मिर्झाराजांच्या अंगावर जरीकाम केलेला रत्नजडित काबा आहे. पार्श्वभूमीवर मधूनमधून तोफांचे आवाज ऐकू येत आहेत.

मिर्झा : उग्रसेन, दिलेरखानांनी तोफांचा मारा जारी ठेवलेला दिसतो.

उग्रसेन : जी! आपल्या हुकुमानुसार पहाटेपासून मारा जारी ठेवला आहे. गेले वीस दिवस बंद पडलेला तोफखाना परत गर्जू लागल्यानं साऱ्यांना आश्चर्य वाटत आहे.

(मिर्झाराजे प्यादे उचलून ठेवतात.)

मिर्झा : आश्चर्य कसलं? चाल तुझी आहे, उग्रसेन.

उग्रसेन : जी! पुरंधराची माची वज्रगड घेतला. पुरंधर घेणं कठीण नव्हतं. पण आपण अचानक लढाई थांबवलीत, आणि बंद पडलेली लढाई वीस दिवसांनी परत सुरू केलीत. एव्हाना पुरंधर घेऊन दुसरे गड काबीज झाले असते –

(मिर्झाराजे उग्रसेनाकडे पाहतात.)

(उग्रसेन गडबडीने म्हणतो.)

– असं लोक म्हणतात.

मिर्झा : त्यांना म्हणू दे! (हसत) तू खेळ. (उग्रसेन विचाराअंती प्यादे उचलतो, तोच सेवक आत येतो.)

सेवक : महाराज, खान दिलेरखान आपल्या भेटीसाठी अर्ज मागताहेत.

मिर्झा : पाठवून दे.

(दिलेर प्रवेश करतो. दिलेर उंचापुरा आहे. त्याच्या मस्तकी भारी किमोठा आहे. दिलेर उग्र प्रकृतीचा पठाण आहे. दिलेर मान झुकवतो, पण मिर्झाराजे खेळात गुंतलेले असतात.)

दिलेर : राजासाब, मी खूशखबर घेऊन आलो आहे. पहाटेपासून जारी असलेल्या आपल्या तोफखान्यानं करामत केलेली आहे. पुरंधराच्या तटाला खिंडार पडलं आहे. पुरंधर काबीज व्हायला आता फारसा अवधी नाही.

मिर्झा : दिलेर, फार मोठी चूक केलीत. जा, आताच्या आता पुरंधरचा

वेढा सौम्य करा.

दिलेर : (आश्चर्यचकित होऊन) जी?

मिर्झा : पुरंधरचा तोफांचा मारा सौम्य करा. पुरंधर पडता उपयोगी नाही.

दिलेर : हेच करायचं होतं, तर तोफा डागायला सांगितलंत तरी कशाला?

मिर्झा : उग्रसेन, चाल तुझी! आज तुझा डाव चढाईचा दिसतो.

दिलेर : राजासाब, मी बेचैन आहे, आणि आपण शतरंज खेळत आहा...

मिर्झा : बेचैन?

दिलेर : हां, बेचैन! मला आपला अंदाज लागत नाही. एक लाखाची शाही फौज घेऊन आपण या मुलुखात आलो.

मिर्झा : दुरुस्त!

दिलेर : पहिले पंधरा दिवस कुठलेही गड न घेता नुसता मुलूख लुटला.

मिर्झा : सच्ची बात!

दिलेर : मी मिन्नत केली, तेव्हा पुरंधरला वेढा घालण्याची इजाजत दिलीत. अवघ्या पाच दिवसांत मी वज्रगड घेतला. आणि आता जीत दिसत असता आपण लढाई थांबवता? वीस दिवसांनंतर परत तोफखाना सुरू केलात, आणि आता सांगता, 'मारा कमी करा.'

मिर्झा : बरोबर! तेच व्हायला हवं! दिलेर, या मुलुखात आपण गड जिंकायला आलो नाही.

दिलेर : राजासाब, अशा चालीनं शिवाजीचा पराभव व्हायचा नाही. राजासाब, जरा होशवर या. शतरंज खेळून मैदानं साफ होत नसतात. (मिर्झाराजे संथपणे उठतात. दिलेरकडे पाहतात. दिलेर अस्वस्थ होतो.)

मिर्झा : दिलेर, आम्ही होशवर आहोत. तटाला पडलेल्या एखाद्या खिंडारानं बेहोश होण्याइतके आम्ही अजाण नाही. आपण दोघंही शाहीदरबारचे मानकरी. पण आलमगिरांचा तुमच्यापेक्षा आमच्यावर जास्त भरवसा, म्हणूनच त्यांनी आम्हाला सेनापतिपद दिलं. जी चूक अफजल-शास्ताखाननं केली, ती चूक आम्हाला करायची नाही.

दिलेर : पण अशा चालीनं शिवाजी कब्जात येईल?

मिर्झा : अलबत!

दिलेर : (मिस्कील हसत) कब?

मिर्झा : कब? कल... आज... कौन जाने अभी...

दिलेर : अभी?

मिर्झा : हां, दिलेर. शाही तख्ताचा तो दुश्मन शिवाजी कोणत्याही क्षणी

		या डेऱ्यात तहासाठी येईल. त्याच्या स्वागतासाठीच हा डेरा आम्ही उभारला आहे.
दिलेर	:	अगर वैसा हुआ तो हम खुद को खुशनसीब समझेंगे. त्या काफर शिवाजीला शरणागतीसाठी येताना पाहण्यात...
मिर्झा	:	नाही, दिलेर, तुमचं नशीब तेवढं बलवत्तर दिसत नाही. शिवाजी इथे येईल, तेव्हा तुम्ही इथे असणार नाही.
दिलेर	:	(संशयाने) मतलब?
मिर्झा	:	साऱ्याच गोष्टी संशयानं पाहून चालत नाहीत, दिलेर. शिवाजी शरणागत म्हणून इथे येईल. शरणागती पत्करील. आणि आमच्या आज्ञेनं दुय्यम सेनापती म्हणून तो तुमच्यापुढं येईल. त्या शरणागत शिवाजीला हव्या त्या रूपात तुम्हाला तुमच्या गोटात पाहता येईल. त्यानं शाही इज्जत वाढेल. शिवाजी आणखीन नामोहरम होईल. तुम्ही विलंब न लावता जा, आणि तोफखाना सौम्य करा. तह होईपर्यंत पुरंधर काबीज होता उपयोगी नाही.
दिलेर	:	पुरंधर आणि तह यांचा काय संबंध?
मिर्झा	:	खूप! पुरंधर पडला नाही, तोवर शिवाजी आशेनं तहाला येईल. पुरंधर पडला तर तो हट्टाला पेटेल.
दिलेर	:	तो क्या हुआ? त्या डोंगरच्या चुव्व्याची इतकी भीती बाळगता?
मिर्झा	:	शेराला चुव्वा म्हणण्याचं धाडस फक्त तुम्हीच करू शकता, दिलेर. या शिवाजीसारखा खतरनाक दुश्मन बादशाही दौलतीनं आजवर पाहिला नाही. त्याला नामोहरम करणं एवढं सोपं नाही. जा, तुम्ही हुकमाची तामिली करा.
		(दिलेर निघून जातो, मिर्झाराजे बसतात. डाव पाहू लागतात.)
मिर्झा	:	उग्रसेन, आज डाव तुझा दिसतो. छान डाव जमला आहे.
उग्रसेन	:	शिवाजी येईल?
मिर्झा	:	(प्यादे उचलून ठेवीत) यावंच लागेल... जरूर येईल. (उदयराज मुनशी प्रवेश करतात.)
उदय	:	मिर्झाजी, शिवाजीराजे गोटाकडे येत आहेत.
मिर्झा	:	तुम्ही पाहिलंत?
उदय	:	जी!
मिर्झा	:	बरोबर कोण आहे?
उदय	:	फारशी असामी दिसत नाही. शिवाजीराजे पालखीतून येत आहेत.

बरोबर मोजके धारकरी आहेत.

मिर्झा : ठीक! उदयराज, तुम्ही शिवाजीला सामोरे जा. जाताना रिशालदारांना इशारत द्या. शिवाजीचा भरोसा देता येत नाही. वख्त गुजरल्यास छावणी गाफील राहता कामा नये. ऐंशी हजारांच्या छावणीत निर्धास्तपणे राहिलेल्या शास्ताखानाची अवस्था काय झाली, हे आम्हाला माहीत आहे. गाफीलगिरीचा एक क्षणही शिवाजीला पुरतो, हे आम्ही ओळखलं आहे. शिवाजी नि:शस्त्र आणि संपूर्ण शरणागतीच्या तयारीनं येत असेल, तर इथे घेऊन या. नाहीतर आल्या पावली माघारी जायला त्यांना मुभा आहे, असं कळवा. जा तुम्ही!

(उदयराज मुजरा करून जातो. अस्वस्थ बनलेला उग्रसेन उठून उभा राहतो.)

मिर्झा : उग्रसेन, उठलात का?

उग्रसेन : शिवाजीराजे येत आहेत, तेव्हा...

मिर्झा : बैस, उग्रसेन. शरणागत येणाऱ्या शत्रूसाठी केव्हापासून मोगल सरदार उठून उभे राहू लागले? बैस. चाल तुझी आहे.

(उग्रसेन बसतो. अस्थिर हाताने चाल पुरी करतो. सेवक येतो.)

सेवक : महाराज, शिवाजीराजे आले.

मिर्झा : कुठे आहेत?

सेवक : एव्हाना गोटात आले असतील.

मिर्झा : येऊ देत.

(त्याच वेळी उदयराज आत येतो.)

उदय : मिर्झाजी, शिवाजी राजेऽऽ

(मिर्झाराजे वर पाहतात. चकित होतात. शिवाजीराजे आत आलेले असतात. नि:शस्त्र आणि बांधल्या हातांनी उभ्या असलेल्या शिवाजीकडे थक्क होऊन पाहत असतात. गडबडीने शिवाजीजवळ जाऊन बांधल्या हातांचा रुमाल काढतात.)

मिर्झा : राजासाब, ये क्या?

शिवाजी : शरणागतीचा रिवाज आम्ही पाळतो आहोत. आपल्यासारख्या पितृतुल्य रजपुतासमोर हात बांधून जाण्यात आम्हाला खंत वाटत नाही.

(मिर्झा शिवाजीराजांना उराउरी भेट देतात. त्यांचा हात हाती घेतात.)

मिर्झा : राजे, तुम्ही आलात. योग्य केलंत. आजवर ज्या तडफेनं तुम्ही दिल्ली तख्ताविरुद्ध ठाकलात, त्याच तडफेनं आणि निष्ठेनं सम्राटांच्या सेवेला सिद्ध व्हा. त्यात तुमचं कल्याण आहे. राजे, तुमचे कुडतोजी गुजर आले नाहीत? मोठा धाडसी असामी.

शिवाजी : धाडस कामी आलं, तर कौतुक.

मिर्झा : दुर्दैवानं फसलं, असंच ना?

शिवाजी : राजकारणात सारंच माफ असतं. आमचा फसलेला डाव आपल्या छावणीत आमच्या अंगावर उलटणार नाही, हे कुणी सांगावं!

मिर्झा : ते या तळावर घडणार नाही. आमचा प्रत्येक मेहमान प्राणमोलानं जपला जातो.

शिवाजी : तो विश्वास नसता, तर एकाकी येण्याचं धाडस केलं नसतं.

मिर्झा : राजे, आपली भवानी तलवार कुठे दिसत नाही? आम्हाला ती पाहायची होती.

शिवाजी : प्रसंगानुसार शस्त्रेही शमीवृक्षावर ठेवावी लागतात.

मिर्झा : व्वा! तुमच्या जबाबाला तोड नाही. आम्ही तुमच्या भवानी तलवारीची भीती खूप बाळगली होती.

शिवाजी : भीती?

मिर्झा : हां! आपण विसरलेले दिसता. उग्रसेन, राजांचं पत्र एकदा वाच पाहू!

शिवाजी : मिर्झाजीऽऽ

मिर्झा : तुम्ही आम्हाला पाठवलेलं पत्र अनेक वेळा वाचलं, पण समाधान झालं नाही. ऐका, राजे... उग्रसेन, महत्त्वाचा भाग वाच.

उग्रसेन : (वाचतो.)

...गेली तीन वर्षे बादशहांचे मोठमोठे सल्लागार व योद्धे आमचा प्रदेश काबीज करण्यासाठी चालून येत आहेत. त्यांपैकी तुम्ही एक. आमच्या या कठीण प्रदेशात कल्पनेचा घोडाही नाचवणे कठीण! मग मुलूख घेण्याची गोष्ट कशाला? भलत्याच खोट्या गोष्टी बादशहांना लिहून पाठवताना तुम्हाला शरम कशी वाटत नाही? बिचारा अफझल जावळीवर फौज घेऊन आला, आणि नाहक मृत्युमुखी पडला. त्यास आम्ही ठार केले, म्हणून दोष देऊ

नका. त्याच्या मनात खरेपणाचा अंशही नव्हता. त्याच्यावर संधी साधून वार केला नसता, तर आज हे पत्र तुम्हाला कोणी लिहिले असते? अमीर-उल्-उमराव शास्ताखान आमच्या या गगनचुंबी डोंगरांत व पाताळात पोचणाऱ्या खोऱ्यांतून तीन वर्षे खपत होता. त्याला आम्ही काय शासन केले, हे तुम्ही जाणता. माझ्या भूमीचे रक्षण करण्यास माझी भवानी तलवार समर्थ आहे. जोवर ती म्यानाबाहेर पडत नाही, तोवरच तुमच्या वल्गनांना अर्थ आहे.

मिर्झा : (इशारत करतात.) बस्स! राजे, हे पत्र तुम्हीच लिहिलंत ना? राजे, दऱ्याखोऱ्यांतून लूटमार करीत चार गावं आणि किल्ले हस्तगत करून राज्य होत नसतं. शाही तख्त उत्तरेच्या माळावर विराजमान झालं आहे. त्याच्या कक्षा सागरापासून हिमालयापर्यंत विस्तारल्या आहेत. त्या सत्तेला असलं आव्हान शोभत नाही. राजे, या मिर्झाराजानं कल्पनेचे घोडे कधी नाचवले नाहीत. आमच्या घोड्यांच्या टापांखाली तुमच्या मुलुखाची कशी धूळधाण होत आहे, हे तुम्ही पाहिलं आहे.

शिवाजी : आम्ही शरणागतीसाठी आलो आहोत. आपण कराल, तो अपमान सहन केला पाहिजे.

मिर्झा : शिवाजीराजे, आम्ही रजपूत आहोत! शरणागत शत्रूचा तर आम्ही कधीच अपमान करीत नाही.

(मिर्झाराजे आपल्या कमरेची तलवार काढतात. शिवाजीच्या दुशेल्यात अडकवतात.)

शिवाजी : मिर्झाजी!

मिर्झा : शस्त्र हे वीराचं भूषण आहे. त्याविना वीराकडे पाहवत नाही. (शिवाजीराजे वाकून पाया पडतात.) ये क्या, राजासाब!

शिवाजी : मिर्झाजी! आपण वयानं, मानानं मोठे. दुर्दैवानं एकदा कमरेचं शस्त्र आपल्यामुळे उतरण्याची पाळी आली. आज आपल्या हातांनी परत शस्त्र प्राप्त झालं. पुन्हा अशा बेइज्जतीनं ते उतरण्याची पाळी येऊ नये, एवढाच आशीर्वाद मागतो आहोत!

मिर्झा : तथास्तु! राजे, ते साधं शस्त्र नाही. रामपुरी पोलाद आहे. तीन पिढ्या आमच्या घराण्यात हे हत्यार चालत आहे. पल्लेदार पातं असूनही गुलाबाच्या फुलासारखं हलकं आहे. पाहा ना!

(मिर्झाराजे सरकन तलवार काढतात. शिवाजीच्या हातात

देतात. शिवाजी तलवार हाती घेतो. मिर्झाराजांच्याकडे तलवारीचे टोक करून तलवार पाहतो. मिर्झाराजांच्या चेहऱ्यावर तेच हसू असतं. पाहता-पाहता शिवाजी तलवारीचं पातं आपल्या डाव्या बोटावर चालवतो. बोटातून रक्त फुटतं. हसतमुखानं शिवाजी तलवार म्यान करतो.)

मिर्झा : राजासाब, हे काय केलंत?

शिवाजी : मिर्झाजी, तुम्ही तलवार दिलीत. पातं उघडं केलंत. रक्त दिल्याखेरीज ती म्यान कशी होईल? शत्रूचं रक्त मोलाचं वाटलं, म्हणून माझं रक्त तिला दिलं.

मिर्झा : व्वा राजे! खरे वीर आहात. आज आपण वैरी म्हणून भेटत नसतो, तर तुमच्या या बहादुरीचं आम्ही अमाप कौतुक केलं असतं.

शिवाजी : मिर्झाजी, जखमा सोसतच आम्ही वाढतो. असल्या जखमांची आम्हास भीती नाही. एकदा आम्ही शिवलिंगावर अशीच आमची रक्ताची धार स्वेच्छेने सोडली होती.

(शिवाजी अंतर्मुख होतो.)

हे राज्य व्हावे, हे तो श्रींची इच्छा आहे. आम्ही प्रतिज्ञाबद्ध होतो आहोत. या भूमीवर श्रीचं राज्य झाल्याखेरीज आम्ही विसावा घेणार नाही.

मिर्झा : राजेऽ, शिवाजी राजेऽऽ

शिवाजी : (भानावर येत) अं!

मिर्झा : राजे, काय बोलत होता? कसलं श्रीचं राज्य?

शिवाजी : काही नाही, मिर्झाजी! एक हरवलेलं स्वप्न डोळ्यासमोर तरळून गेलं. देवाचं राज्य उभं राहावं, म्हणून शिवलिंगावर स्वत:च्या रक्ताचा अभिषेक घालणारा शिवाजी शत्रूनं दिलेली तलवार म्यान करण्यासाठी तेच रक्त तलवारीला लावतो, याचं दु:ख झालं. सांडलेल्या रक्ताला अर्थ लाभला नाही, हेच खरं.

मिर्झा : सांडलेलं रक्त!

शिवाजी : हो! ऐका, मिर्झाजी! हे तोफांचे आवाज ऐका. त्या पुरंधर किल्ल्यात आमच्याशी इमानी असलेले जीव अकारण होरपळत आहेत, आणि त्यांची कदर म्हणून तह करण्यात आम्ही गुंतलो आहोत.

मिर्झा : जंगमध्ये हे चालायचंच!

शिवाजी : आम्ही तह करणार आहोत, मिर्झाजी! आता पुरंधरचा वेढा थांबवा.

मिर्झा : तह झाला की, आपोआप थांबेल.

शिवाजी : मिर्झाजी, माझी प्राणमोलाची माणसं त्यात अडकली आहेत. त्यांच्या निष्ठेला तोड नाही. मला अपयश देण्यापेक्षा ते आनंदानं आपले प्राण खर्ची टाकतील. मिर्झाजी, तोफांचा भडिमार थांबवा. त्या पुरंधरमध्ये मुरारबाजीसारखे माझे अनेक जिवलग आहेत. त्यांची मला चिंता वाटते आहे. त्यांच्यासाठी जीव झुरतो आहे.

मिर्झा : राजे! आमच्या तोफखान्याची एवढी भीती वाटते? हा शामियाना खास आपल्यासाठीच उभारला आहे.

(मिर्झाराजे टाळी वाजवतात. सेवक आत येतात. कनातीच्या दोऱ्या खेचतात. कनात वर उचलली जाते. तोफांच्या भडिमारात सापडलेला पुरंधर दिसतो.)

पाहा, राजे! नुसत्या तहासाठी तुम्हाला इथे बोलावलं नाही. आमच्या तोफांच्या भडिमारात तुमच्या दक्खन दौलतीचे बुरूज कसे ढासळतात, ते उघड्या डोळ्यांनी पाहा.

शिवाजी : मिर्झाजी, मी तुम्हाला पुरंधर दिला.

मिर्झा : (हसत) दिला? पुरंधर आम्ही घेतला! इतर गडांबद्दल हवं तर बोला.

शिवाजी : मिर्झाजी, आपण म्हणाल ते मान्य आहे, पण हा तोफखाना थांबवा.

मिर्झा : विनंती केली, तर जरूर थांबवीन.

शिवाजी : मिर्झाजी, त्यातच समाधान असेल, तर मी विनंती करतो... भीक मागतो. माझ्या माणसांच्यापेक्षा मला माझी प्रतिष्ठा मोलाची नाही.

मिर्झाराजे : उग्रसेन, तोफांचा मारा थांबवा.

(उग्रसेन जातो. शिवाजीराजे निःश्वास सोडतात. मिर्झाराजांचं लक्ष बुद्धिबळाकडे जातं.)

राजे! तुमच्याबद्दल आमच्या जासुदांनी खूप बातम्या आणल्या. आपल्याला शतरंज खेळण्याचा शौक आहे, असं आम्ही ऐकतो.

शिवाजी : विरंगुळा म्हणून केव्हातरी खेळतो.

मिर्झा : आपण येण्यापूर्वी आम्ही उग्रसेनाबरोबर खेळत होतो. उग्रसेनाचा डाव चढाईचा आहे. आपण तो पुरा करू.

शिवाजी	:	मिर्झाजी, आम्ही बुद्धिबळात हरलो, म्हणून तर तुमच्या गोटात शरणागतीसाठी आलो.
मिर्झा	:	जेव्हा जंग हरलं जातं, तेव्हा बुद्धिबळ दाखवायला शतरंज एवढा एकच खेळ उरतो. बसा, राजे, बसा.
शिवाजी	:	ही विनंती की आज्ञा?
मिर्झा	:	(क्षणभर रोखून पाहत) विनंती अमान्य असेल, तर आज्ञा समजावी. बसा, राजे.

(दोघेही बुद्धिबळ खेळायला बसतात. शिवाजीराजे डावाकडे पाहून हसतात.)

मिर्झा	:	हसलात का, राजे?
शिवाजी	:	काही नाही. आता मनात आलेल्या विचारांना अर्थ राहिला नाही.
मिर्झा	:	सांगा, राजे! तरीही ते आम्ही आनंदानं ऐकू.
शिवाजी	:	आपल्या जासुदांनी जशा आमच्याबद्दल बातम्या आपल्याला पुरवल्या, तशाच आपल्याकडच्या अनेक बातम्या आम्हाला मिळाल्या आहेत.
मिर्झा	:	कसल्या?
शिवाजी	:	आमच्या पारिपत्यासाठी कोटिचंडीचं अनुष्ठान करून आपण बाहेर पडलात, असं आम्ही ऐकलं आहे. खरं?
मिर्झा	:	सच्ची बात! राजे, आम्ही एकलिंगजीचे भक्त, शक्तिउपासक आहोत. त्या शक्तीचं पाठबळ घेतल्याखेरीज आम्ही कधीही मोठं कार्य हाती घेत नाही.
शिवाजी	:	त्याचंच हसू आलं.
मिर्झा	:	त्यात हसण्यासारखं काय आहे? राजे, आपणही श्रद्धावान आहात ना!
शिवाजी	:	हो! मिर्झाजी, आपण दोघेही शिवभक्त, शक्तिउपासक, आज शत्रू म्हणून एकमेकांसमोर उभे आहोत. ज्या एका निष्ठेनं आपण स्नेही, जोडीदार बनायचे, तीच निष्ठा एकमेकांचे शत्रुत्व पत्करायला कारणीभूत होते, या विधिघटनेचं हसू आलं.
मिर्झा	:	(अस्वस्थ होऊन) मतलब?
शिवाजी	:	साफ आहे. आपल्या बळावर औरंगजेब दिल्ली-तख्तावर बसला आहे, हे आम्हाला माहीत आहे. त्याऐवजी आपणच त्या तख्ताचे धनी बनला असता, तर अधिक शोभलं असतं.
मिर्झा	:	(कासावीस होऊन) राजासाब!

शिवाजी	:	आपण सम्राट बनला असता, तर आज दक्षिणेत उतरण्याची आपणाला गरज पडली नसती. मी स्वतःच्या पावलांनी दिल्ली जवळ केली असती. तुमच्या पावलांसाठी माझ्या हृदयाची मखमल मी हंतरली असती, आणि माझं हे छोटं राज्य तुमच्या पायी आनंदानं पसरून जन्मोजन्मीचा गुलाम झालो असतो. श्रींच्या राज्याचं आमचं स्वप्न साकारलेलं पाहण्यात जीवनाची कृतार्थता मानली असती.
मिर्झा	:	राजेऽऽ
शिवाजी	:	मिर्झाजी, अजून वेळ गेली नाही. ज्यांच्या सेवेत देश, देव, धन, देऊळ, राऊळ काही सुरक्षित नाही, अशांच्या निष्ठेला कधी अर्थ प्राप्त होतो का? दोन दिलांची युती झाली, तर पहाड फोडण्याचं सामर्थ्य दूर नाही. मिर्झाजी, विचार करा, आपण दोन शिवभक्त शक्तिउपासक. आपण जर एक झालो, तर परकीयांचा हा पट गुंडाळायला कितीसा वेळ लागेल? (मिर्झाराजे संतापाने थरथरतात. त्यांचे लक्ष बुद्धिबळाच्या डावाकडे जाते. संतापाने डाव उधळीत ते उठून उभे राहतात. शिवाजीराजे उठतात. आश्चर्याने मिर्झाराजांकडे पाहत असतात.) मिर्झा पाबंदी रखो! राजे, जुबाँकी पाबंदी रखो! मिर्झाराजांच्या गोटात ही जुबाँ वापरली जात नाही. आलमगिरांच्या मुखत्याराची ही छावणी आहे. या मिर्झाराजावर सत्ता बादशहाची आहे. मिर्झाराजे त्यांचा बंदा आहे.
शिवाजी	:	पण मिर्झाजी, एकलिंगजी...
मिर्झा	:	खामोश! एक शब्दही उच्चारू नका. राजे, दिल्ली तख्ताचा उपमर्द इथे सहन केला जात नाही. राजे, आम्ही पेहनलेला हा काब्जा पाहा. ऐश्वर्याचा दिमाख म्हणून मी तो घातला नाही. तुमच्या पारिपत्यासाठी मी जेव्हा आलमगिरांचा निरोप घेतला, तेव्हा त्यांनी भरदरबारी आपल्या अंगावरचा काब्जा आमच्या पाठीवर चढवला. हा मान शहाजाद्यांनाही मिळत नाही. राजे, आपण शरणागतीसाठी आला आहात. त्या बेचैनीत गद्दारीचा विचारही मनात आणू नका.
शिवाजी	:	हा गद्दारीचा विचार नाही, मिर्झाजी! देव, धर्म आणि देश यांच्याशी इमान बाळगणारा हा विचार आहे. निष्ठा सत्कारणी लागली, तरच तिला अर्थ लाभतो.

मिर्झा	:	खबरदार, राजे! त्या परमेश्वराचं नाव घेतलंत, म्हणूनच तुमची बकवाज आम्ही ऐकून घेतली. राजे, असले मामुली डाव खेळण्याऐवजी तुमच्या ललाटावर कोणता डाव मांडलेला आहे हे पहाल, तर फार बरं होईल. मुनीम तहाचा मसुदा घेऊन येतील, तेव्हा आश्चर्य वाटू नये, म्हणूनच तहाच्या अटी ऐकून ठेवा.
शिवाजी	:	आपण ज्या अटी मांडाल, त्या हितकारकच असतील, यात आम्हाला संशय नाही.
मिर्झा	:	छान बोललात, राजे! अटी हितकारकच राहतील. पण राजे, तुम्हाला नव्हे. ज्यांचा मी बंदा आहे त्या आलमगिरांना. राजे, तुमच्या बासष्ट गडांपैकी फक्त बारा गड तुमच्या हाती राहतील. आम्ही दाखवू ते. बाकी मुलूख बादशहाचा. तुमच्या उपजीविकेसाठी एक लाखाचा मुलूख तुम्हाला मिळेल.
शिवाजी	:	मिर्झाजीऽऽ
मिर्झा	:	बारा गडांखालच्या मुलुखाची सरदेशमुखी तुम्हाला मिळावी, म्हणून आम्ही शिफारस करू. दोन वर्षं बादशहांचा अंमल झाल्यानंतर बादशहा सरदेशमुखीचा विचार करतील.
शिवाजी	:	पण मिर्झाजी, माझी फौज... ती मी कशी पोसणार?
मिर्झा	:	तुम्ही आदिलशाहीचा मुलूख काबीज करू शकता. पण ते करणार असला, तर त्यासाठी चाळीस लक्ष भरावे लागतील.
शिवाजी	:	(खिन्नपणे हसत) उद्या जिंकल्या जाणाऱ्या मुलुखासाठी आज खंडणी! एवढी दौलत मी आणू कुठून?
मिर्झा	:	त्याचाही विचार आम्ही केला आहे. आता तुम्ही, तुमचे युवराज बादशहांच्या चाकरीत याल. सहज दोन लाखांचा प्रत्येकी तनखा मिळेल. तो दहा वर्षं लिहून द्या.
शिवाजी	:	मेहेरबानी, मिर्झाजीऽऽ – आपली मेहेरबानी!
मिर्झा	:	मेहेरबानी तर खरीच! तुमच्या या कृत्याकडे पाहता ही मेहेरबानीच समजली पाहिजे. ज्यांनी आजवर दिल्ली-तख्तावर वाकडी नजर ठेवली, त्यांचे डोळे उघडले गेले. त्यांचा संपूर्ण बीमोड एवढंच शाही तख्तानं जाणलं. तुम्ही भाग्यवान आहात. तुम्हाला जिवंत राहण्याची मुभा मिळाली आहे. आपल्या युवराजांचं वय काय?
शिवाजी	:	संभाजीराजे नऊ वर्षांचे आहेत. अजून लहान आहेत.
मिर्झा	:	नऊ वर्षांची उमर तेवढी लहान नाही. राजासाब, तहाची शेवटची अट ऐका. जोवर तह पाळला जात नाही, तोवर आपले युवराज

आमच्याकडे ओलीस म्हणून राहतील.

शिवाजी : मिर्झाजीऽऽ

मिर्झा : चिंता करू नका. आपण तह पाळताहात, तोवर आपले युवराज आमच्या पुत्राइतकेच आमच्याजवळ सुरक्षित आहेत. हा रजपुताचा शब्द आहे. पण तहाचं एखादं जरी कलम मोडलं गेलं, तरी त्यानंतर आपले युवराज या पृथ्वीतलावर दिसणार नाहीत. हाही रजपुताचाच शब्द.

शिवाजी : आणि हा तह आम्ही अमान्य केला तर?

मिर्झा : (शिवाजीवर दृष्टी रोखत) जरूर करा! तह अमान्य करून तुम्ही सुरक्षितपणे माघारी जाऊ शकता. पण राजे, एक लक्षात ठेवा. आम्ही संधी एकदाच देतो. परत तुम्ही तहासाठी या छावणीत येणार नाही. तुम्ही आणि तुमच्या बासष्ट गडांचे माथे कदाचित सुरक्षित राहतील. पण माझ्या एक लाख फौजेच्या बळावर या तुमच्या मुलुखात श्वास घ्यायला एकही माणूस ज़िवंत राहणार नाही.

शिवाजी : मिर्झाजीऽऽ

मिर्झा : राजे, आम्ही जातो. तुम्ही विचार करा. माझे मुनीम येतील, तेव्हा येईल त्या तहावर शिक्कामोर्तब करा. त्यातच तुमचं कल्याण आहे. (मिर्झाराजे निघून जातात. एकटे शिवाजीमहाराज रंगमंचावर राहतात.)

शिवाजी : एकलिंगजीचे हे एक कडवे उपासक. याच भूमीचे पराक्रमी पुत्र. दुसऱ्या एका शिवभक्ताची पूजा उधळून टाकू बघतात! तीही एका यवनाधमाला सुप्रसन्न करण्यासाठी! मिर्झाराजे, तुम्ही हळदीघाट विसरलात, तरी रानावनात, रक्तबंबाळ हृदयानं भटकणाऱ्या राणाप्रतापाची याद आमच्या अंत:करणात अजून जळते आहे. मिर्झाराजे, आज ना उद्या, तुमचा भ्रमनिरास होणे हे तर अटळच आहे, पण तो दिवस उजाडेल, तेव्हा वेळ टळून गेलेली असेल. त्या क्षणी कोटिचंडीचं अनुष्ठानही तुम्हाला वाचवू शकणार नाही! आई जगदंबे, तू या शिवाजीची सत्त्वपरीक्षा तर पाहत नाहीस? (प्रकाश मंदावतो.)

[प्रवेश दुसरा समाप्त]

प्रवेश तिसरा

रंगमंचावर हळूहळू प्रकाश येतो...

स्थळ : *राजगडमहाल.*

वेळ : *सायंकाळची.*

पडदा उघडतो, तेव्हा राजगडचा महाल नजरेत येतो. आतला दरवाजा बंद आहे. त्या बंद दरवाजाच्या पायरीवर पुतळाबाई उभ्या आहेत. विचारात उभ्या असलेल्या त्या सावकाश पायऱ्या उतरतात. तोच जिजाबाई प्रवेश करतात.

जिजाबाई : पुतळा, आम्ही तुझी मघा आठवण केली होती.

पुतळा : जी!

जिजाबाई : का, म्हणून नाही विचारलंस?

पुतळा : का, मासाहेब?

जिजाबाई : एक उत्तरेचा ज्योतिषी आलाय. हात पाहून भविष्य सांगतो, म्हणे. सोयराकडे पाहताच त्यानं 'महाराणी होशील,' म्हणून सांगितलं. पुतळा, राजांना या मिर्झाराजाचं काही भय नाही, असं तो म्हणाला. आणि तू असतीस, तर तुझाही हात दाखवला असता. कुठे होतीस?

पुतळा : आपल्या संध्याकाळच्या पूजेची तयारी करीत होते.

जिजाबाई : त्या ज्योतिषाला ठेवून घ्यायला सांगितलंय. उद्या तुझा हात दाखवू. राजांनापण सांगणार आहे.

पुतळा : मासाहेब, दैवाच्या रेषा जर हातावर बोलक्या झाल्या असत्या, तर प्रत्येकानं केव्हाच आपलं नशीब बदलून घेतलं असतं.

जिजाबाई : अगं, तुम्ही मुलीच जर अशा हताश झाला, तर माझ्यासारखीनं कुणाकडे आशेनं पाहावं? अलीकडे तो डोळाभर दिसतसुद्धा नाही. आला, तरी तुटक उत्तर देतो. नजर चुकवतो. मोकळेपणानं काही बोलत नाही. पुरंधरचा तह झाल्यापासून दोन महिने झाले, पण हेच चाललं आहे. राजे सदरेवर गेले आहेत?

पुतळा : जी नाही.

जिजाबाई : आपल्याच महाली आहेत?

पुतळा : जी!

जिजाबाई : अजून उठले नाहीत?

पुतळा : मी काय सांगणार? आल्यापासून महालाचे दरवाजे बंद आहेत.

हाका मारल्या, तरी दार उघडले जात नाही.

जिजाबाई : मग मला सांगायचं नाही? काय करावं तुम्हा पोरींना? (जिजाबाई पायऱ्या चढून जाते. दरवाजावर थाप मारते.) राजेऽऽ, अरे शिवबा, मी आलेयऽऽ दार उघड. (जिजाबाई बंद दरवाजाकडे पाहत असतात. काही क्षणात दार सावकाश उघडले जाते. शिवाजीराजे बाहेर येतात. मानेवरचे मोकळे केस परतवले जातात. वेष साधा. राजे सावकाश पायऱ्या उतरून येतात.)

जिजाबाई : शिवबाऽऽ

शिवाजी : मासाहेब, आज आमचं मन थाऱ्यावर नाही. कृपा करून आम्हाला एकटं राहू द्या.

जिजाबाई : म्हणून दार लावून बसला होतात? शिवबा, राजांना दारं बंद करून घेता येत नाहीत.

शिवाजी : मासाहेब!

जिजाबाई : राजे, काय चालवलंय हे? तुमच्या असल्या वर्तनानं सारा गड बेचैन आहे. राजे, काही संकट आलं, तरी तुम्ही धावत आमच्याजवळ यायचे. मन मोकळं करायचे. आता बोलायलासुद्धा पारखे झालात. आम्ही आलो, तर दार बंद करून बसू लागलात.

शिवाजी : मासाहेबऽऽ, तुमच्या बोलण्यानं आमचं दुःख आणखीन वाढवू नका. आयुष्यभर आम्ही बंद दरवाजे उघडीत आलो. आम्हाला दरवाजे बंद करून बसण्याची हौस का आहे? असलं अपमानित जीवन जगण्यापेक्षा ते संपवलेलं अधिक श्रेयस्कर, असं वाटतं.

जिजाबाई : शिवबाऽऽ

शिवाजी : जगावं का मरावं, याचाच विचार आम्ही करीत होतो.

जिजाबाई : राजे, मृत्यूचं विलोभन एवढं वाढणार होतं, तर आम्हाला कशाला गुंतवलंत?

शिवाजी : आम्ही गुंतवलं? केव्हा?

जिजाबाई : तुम्ही विसरलात, राजे! पण आम्ही तो क्षण कसा विसरू? स्वारींचा काळ झाला. तेव्हा आम्ही सती जात होतो. पण तुम्ही आडवे आलात. पाय धरलेत. म्हणालात, 'मासाहेब, तुम्ही जाऊ नका! आमचा पराक्रम पाहायला कोणी उरलं नाही. आम्ही उभारलेलं स्वराज्य पाहीपर्यंत तरी तुम्हाला जाता येणार नाही.' हाच पराक्रम पाहण्याकरिता का आम्हास जिवंत ठेवलंत?

शिवाजी : नाही, मासाहेब! उराशी फार मोठी स्वप्नं होती. या भूमीत श्रींच्या

राज्याची उभारणी व्हावी, ही इच्छा होती. ते स्वप्न उराशी धरलं, हा काय गुन्हा होता? हिंदवी स्वराज्याचं स्वप्न पाहणारे आम्ही आज मोगलांचे गुलाम बनलो. जिवाची बाजी लावून जिंकलेले गड, निढळ्या घामानं बांधलेले किल्ले मोगलांच्या स्वाधीन केले. ओसाड मुलूख स्वराज्याच्या कारणी कष्टानं वस्तीला आणला, तोच मुलूख गमावून बसलो. पोटच्या पोराला मनसबदार बनवला. सांडल्या रक्ताला अर्थ राहिला नाही. दिल्या वचनाची जाण बाळगता आली नाही... स्वप्न स्वप्नातच विरून गेलं. राहिली, ती जागेपणाची भीषण भकास अवकळा.

जिजाबाई : राजे, दु:ख आणि संकटं यांचे पोवाडे माझ्यासमोर गाता? साता मासांची गर्भार असता स्वारी टाकून गेली. कुणाचा आधार नाही. परमुलुखात, परघरी तुमचा जन्म झाला. मी एकटी बाईमाणूस. कुणाचा आधार नाही. मी कशी जगले? तुम्ही सहा वर्षांचे असता पुण्याच्या उजाड वास्तूवर तुमचं बोट धरून मी उभी राहिले. ओसाड गावची जहागिरीण मी. मला भीती शिवली नाही. राजे, पांडवांना वनवास भोगावा लागला. प्रभू रामचंद्राला तो टाळता आला नाही. जे देवांना टाळता आलं नाही; ते दैव तुम्ही-आम्ही कसं टाळणार? संकटांना आणि कष्टांना भिणारी माणसं कधी देवाचं राज्य उभं करू शकत नाहीत, राजे!

शिवाजी : मासाहेब —

जिजाबाई : राजे, आमचा तुम्हाला आग्रह नाही. तुम्हाला मृत्यू जवळचा वाटत असेल, तर हाताशी असेल ती शिबंदी घ्या, आणि सरळ मिर्झाराजांवर चालून जा. माझ्या शब्दावर विश्वास ठेवा. तुमची खांडोळी उडाली, तरी मी ते सहन करीन. पण राजे... या कुशीनं एक आत्महत्या करणाऱ्या भ्याड नादान पोराला जन्म दिला, हा ठपका माझ्या नशिबी लावू नका. एवढं केलं, तरी मातृऋणातून सुटलात.

(जिजाबाई पाठ वळवते, तशी)

शिवाजी : मासाहेब —

जिजाबाई : राजे, तुमचं तोंडही पाहणं नको वाटतं.

(जिजाबाई पाठमोरी होते. शिवाजी धावतो.)

शिवाजी : थांबा, मासाहेब, मागे फिरा. जेव्हा जगानं पाठ फिरवली, तेव्हा तुम्ही तरी पाठ फिरवू नका. आम्ही चुकलो. यापुढं आम्ही येईल ते सहन करू. जीवनाच्या अखेरच्या क्षणापर्यंत आम्ही स्वराज्याचं स्वप्न विसरणार नाही.

जिजाबाई : शिवबाऽऽ

शिवाजी : आज आपले युवराज संभाजीराजे सहा-हजारी मनसबदार बनले. त्यांच्या नावे आलेल्या शाही फर्मानाचा स्वीकार करून आम्ही गडावर आलो.

जिजाबाई : संभाजी सहा-हजारी मनसबदार बनला?

शिवाजी : बादशहांची कृपा झाली, तर पुढं अमीर-उल्-उमरावही बनतील. कुणी सांगावं! मासाहेब, आम्ही फर्मानाचा स्वीकार करताना आपण हव्या होत्या. तो सोहळा भारी देखणाऽ असतो.

जिजाबाई : राजे, संकटकाळी सारं शांतपणानं सहन करावं लागतं, सोसावं लागतं.

शिवाजी : मासाहेब, तेच आम्ही करीत आहोत. शाही फर्मानाचा – एका कागदी भेंडोळ्याचा काय थाट! मिर्झाराजांच्या छावणीपासून दोन कोस अंतरावर फर्मानबाडी उभी केली होती. फर्मानबाडी म्हणजे फर्मान स्वीकारण्याची जागा. शाही शामियान्यानं सज्ज केलेली. ज्या दिवशी फर्मान येणार असतं, त्या दिवशी ज्याच्या नावे फर्मान येणार असतं, त्यानं वाजत-गाजत फर्मानबाडीपर्यंत चालत जायचं, फर्मानबाडीत तिष्ठत उभं राहायचं. फर्मानाचा उंट नजरेत आला की, नौबत झडते. आम्ही अनवाणी पायांनी रस्त्यावर गेलो. गुडघे टेकून बसलो. उंट जवळ आला, तरी मान वर करून पाहिलं नाही. फर्मान म्हणजे साक्षात बादशहाची प्रतिमा ना!

जिजाबाई : राजेऽऽ

शिवाजी : थांबा, मासाहेब. एवढ्यावरच संपलं नाही. उंट बसला की, त्याच्यावरच्या फर्मानाचा खालच्या मानेनं स्वीकार करायचा आणि ते डोक्यावर धरून खालच्या मानेनं, अनवाणी पावलांनी फर्मानबाडीपासून छावणीपर्यंत वाजत-गाजत जायचं. मासाहेब, शिमग्यातली मिरवणूकसुद्धा एवढी बीभत्स नसेल. आता संभाजीराजे सहा-हजारी मनसबदार बनले ना! मोगली सेना आता विजापूरवर चाल करून जात आहे. त्यात आम्ही सहभागी होणार आहोत. स्वराज्याच्या संस्थापनेचे स्वप्न पाहणारे तुमचे शिवबा आता

मोगली सेनेचे सरदार म्हणून जाणार आहेत! आम्हाला परवडणार नाही, म्हणून मिर्झाराजांनी त्यासाठी कृपावंत होऊन आम्हाला दोन लाख खर्चासाठी दिले आहेत.

जिजाबाई : आणि तुम्ही ते घेतलेत?

शिवबा : दुबळ्याला सूड उगवायला तेवढीच जागा होती.

(जिजाबाईंच्या डोळ्यांत अश्रू उभे राहतात.)

शिवाजी : मासाहेब, तुमच्या डोळ्यांत पाणी! तुम्हाला आत्महत्या करणारा नादान, भेकड मुलगा नको होता ना! हवा तो अपमान सहन करणारा, येईल ती लाचारी पत्करणारा, स्वाभिमान विसरणारा एक निर्लज्ज, कोडगा मुलगा हवा होता ना? मग तोच बनण्याचा प्रयत्न करीत असता डोळ्यांत पाणी कशाला आणता?

जिजाबाई : (अश्रू टिपते.) राजे, स्वतःच्या पराजयाचं एवढं मोठं कौतुक करून घेऊ नका. जरा आठवा. महाधनुर्धर अर्जुनानं जेव्हा बृहन्नडा होऊन पायी चाळ बांधले असतील, तेव्हा त्या पौरुषाला कोण यातना झाल्या असतील! सर्वशक्तिशाली भीमानं जेव्हा पाटा-वरवंटा हाती घेतला असेल, तेव्हा त्या शक्तीला कोण तडे गेले असतील! साक्षात धर्म म्हणवून घेणाऱ्या युधिष्ठिरानं जेव्हा कीचकाचे जोडे आपल्या हातांनी उचलले असतील, तेव्हा त्याच्या धर्मभावनेचं काय झालं असेल! राजे, जे संकट धीरानं सहन करतात, त्यांतूनच विजयाची वाट शोधतात, त्यांचीच नोंद पोथ्या-पुराणांतून होते. तेवढंच मी जाणते. ते विसरू नका.

शिवाजी : आम्ही ते विसरलो नाही. म्हणूनच आपल्यासामोरे उभे आहोत. आपण ते विसरू नये, एवढीच विनंती आहे.

जिजाबाई : राजे, आपल्याला काय म्हणायचं आहे?

शिवाजी : काही म्हणायचं नाही. सुरतसिंग कछवा एव्हाना खाली सदरेवर आले असतील. त्यांच्यासह युवराज संभाजीराजे यांची मिर्झाराजांच्या गोटावर रवानगी करायची आहे.

जिजाबाई : शंभूबाळ?

शिवाजी : हां, मासाहेब! पुरंधरच्या तहाची शेवटची अट ती आहे. जोवर तह पाळला जात नाही, तोवर युवराज संभाजीराजे मिर्झाराजांच्याकडे ओलीस म्हणून राहतील!

जिजाबाई : शंभूबाळ? आणि ओलीस? अरे, तुमच्या राजकारणात त्या मुलाला

रे कशाला गोवता?

शिवाजी : मासाहेब! मिर्झाराजे राजकारणी आहेत. सावध आहेत. ते एवढाही धोका पत्करायला तयार नाहीत.

जिजाबाई : आणि तो तुम्ही पत्करलात?

शिवाजी : नाही, मासाहेब. मिर्झाराजांच्या गोटात आपल्या शंभूबाळांना तिळमात्र धोका नाही. ते सुरक्षित राहण्यासाठी हा तह आपल्याला पाळावाच लागेल. मासाहेब, युवराजांच्या रवानगीची तयारी करा. शत्रुघरचा सरदार आपल्या दारी फार काळ तिष्ठणं बरं नव्हे.

(जिजाबाई लगबगीने जातात. अस्वस्थ झालेले शिवाजी पाठीमागे हात बांधून येरझारा घालीत असतात.)

पुतळा : एक विचारू?

शिवाजी : कोण? राणीसाहेब, आपलं अस्तित्व आम्ही साफ विसरून गेलो होतो.

पुतळा : मला माहीत आहे, माझं अस्तित्व जाणवावं, एवढी भाग्यवान नाही मी!

शिवाजी : नाही राणीसाहेब! अर्थाचा अनर्थ करू नका. या चिंतेमुळे तुम्ही मासाहेबांच्या बरोबरच गेलात, असं वाटलं. राणीसाहेब, परत असली शंका मनात धरू नका. काय विचारणार होतात?

पुतळा : युवराजांची काळजी वाटते.

शिवाजी : काळजीचं काही कारण असतं, तर स्वराज्याचे युवराज आम्ही शत्रूच्या गोटात पाठवले नसते. राणीसाहेब, त्या शंभूबाळांना पाहिलं की, आम्हाला थोरल्या राणीसाहेबांची सईबाईसाहेबांची आठवण होते. जाताना फक्त त्या एकच इच्छा व्यक्त करून गेल्या. 'शंभूबाळांना जपा.' 'तळहातावरच्या फोडासारखे आम्ही शंभूबाळांना जपू,' म्हणून सांगितलं. ते वचन आम्ही विसरू शकत नाही.

पुतळा : मला सारं आठवतंऽऽ. आज त्या हव्या होत्या.

शिवाजी : सई गेली, तेच बरं झालं. आमचे हे चाललेले धिंडवडे तिला सोसवले नसते. राणीसाहेब, एवढ्यावरच आमची सुटका नाही. विजापूर-मोहीम आटोपून येताच युवराजांसह आम्हाला आग्र्याला जावं लागणार आहे.

पुतळा : आग्रा? कशासाठी?

शिवाजी : औरंगजेबाचा पन्नासावा वाढदिवस आग्र्याला साजरा होणार आहे. बादशहाचं आमंत्रण आलं आहे. मिर्झाराजांची आज्ञा झाली आहे. आम्ही नाही कसे म्हणणार?

पुतळा : मला राजकारणातलं काही कळत नाही. पण आपल्या पावलांनी औरंगजेबाच्या गोटात जाऊ नये, असं वाटतं.

शिवाजी : आम्हाला ते माहीत नाही का? पण आता आमच्या इच्छे-अनिच्छेचा सवालच नाही. दुश्मनाच्या गोटात आमचं बरंवाईट घडलं, तरी आम्हाला त्याची तमा नाही. आत्महत्येचं पातक तरी टळेल!

पुतळा : असं अभद्र बोलू नये.

शिवाजी : राणीसाहेब! आम्ही एक जबाबदारी टाकली, तर सांभाळाल?

पुतळा : आज्ञा करावी!

शिवाजी : मासाहेबांची काळजी वाटते. त्या धीराच्या गोष्टी सांगतात, पण त्यांचं हरणकाळजाचं मन आम्ही जाणतो. त्यांना आता कुणीतरी सांभाळायला हवं. जपायला हवं. तुम्ही त्यांना जपा. तुम्ही ही जबाबदारी स्वीकारलीत, तर आम्ही निश्चिंत राहू.

पुतळा : एवढा विश्वास टाकलात! सारं मिळालं. यापेक्षा दुसरं काय हवं?

शिवाजी : (हसतात.) अरे हो, आम्ही विसरलोच! राणीसाहेब, आम्ही आग्र्याला गेलो, तर आपल्यासाठी काय आणू? आम्ही हाच प्रश्न दुसऱ्या महाली विचारला. कुणी सुगंधी द्रव्यं मागितली. कुणी रत्नं. आपल्याला काय हवं?

पुतळा : आणाल?

शिवाजी : (खिन्न होतो.) म्हणजे आपल्यालाही काही हवं तर?

पुतळा : आमची बायकांची जात. मागितल्याविना कशी राहील?

शिवाजी : ठीक आहे? सांगा. आपल्याला काय हवं? उंची अत्तरं? सुबक नक्षीदार दागिने? भरजरी बासनं? नामांकित रत्नं? जे हवं असेल, ते सांगा.

पुतळा : आणाल?

शिवाजी : आमच्या शब्दावर आजवर कुणी अविश्वास केला नाही.

पुतळा : वचन!

शिवाजी : राणीसाहेब! आमचा शब्द हेच वचन असतं. त्याबद्दल तुम्ही तरी शंका धरू नका.

पुतळा : ते आज उपयोगी पडायचं नाही. वचन द्यायला हवं!

शिवाजी	:	ठीक! आम्ही वचनबद्ध आहो. काय हवं? सांगा ना.
पुतळा	:	आपण सुरक्षित माघारी यावं!
शिवाजी	:	पुतळा! सर्वांत कठीण गोष्ट मागितलीत. जमणं कठीण दिसतं.
पुतळा	:	मी आजवर काही मागितलं नाही. यापुढं मागणार नाही. एवढं वचन पाळायला हवं.
शिवाजी	:	राणीसाहेब! आमच्या स्मरणातून ही गोष्ट हलणार नाही.
पुतळा	:	आणखीन एक विनंती आहे.
शिवाजी	:	काय?
पुतळा	:	आपले चढाव!
शिवाजी	:	चढाव?
पुतळा	:	आपल्या पायीचे चढाव मला पुजायला मिळावेत.
शिवाजी	:	राणीसाहेब! पती ही पत्नीची अखंड सोबत. ज्यांच्या हाती आम्ही धीराचा हात द्यायचा, त्याच हाती आम्ही आमचे जोडे देतो, याचं शल्य आम्हास फार... (शिवाजीराजे जोडे काढतात. पुतळाबाई ते उचलतात. हृदयाशी कवटाळतात. राजे भारावतात. पुतळाबाईंच्याकडे जात असता उद्गारतात.)
शिवाजी	:	पुतळा!

(त्याच वेळी पोशाख केलेले संभाजीराजे आत येतात. मस्तकी जिरेटोप आहे. कमरेला तलवार आहे. राजे पुतळाबाईंच्यापासून दूर होतात.)

संभाजी	:	आबासाहेब!
शिवाजी	:	या, बाळराजे! जाण्याची तयारी झाली?
संभाजी	:	जी!ऽऽ
शिवाजी	:	बाळराजे, आता तुम्ही लहान नाही. आमच्याबरोबरच तुम्ही आता राज्याची जबाबदारी उचलली पाहिजे.
संभाजी	:	जी!
शिवाजी	:	मिर्झाराजांचा आणि आमचा तह झाला आहे. तह पुरा होईपर्यंत आमचे युवराज म्हणून तुम्ही मिर्झाराजांच्याकडे राहायला हवं.
संभाजी	:	एकटा?
शिवाजी	:	बाळराजे, राजाच्या नशिबी एकटेपणच असतं. त्याचा सराव तुम्ही करून घ्यायला हवा.
संभाजी	:	जी!

शिवाजी	:	आणि हे पाहा. तुम्ही जायला निघाल, तेव्हा तुमच्या मासाहेब, आमच्या आईसाहेब डोळ्यांत पाणी आणतील. पण तुम्ही रडायचं नाही. राजे कधी रडत नसतात.
संभाजी	:	(डोळे पुशीत) नाही, आबासाहेब. आम्ही रडणार नाही.
शिवाजी	:	शाब्बास! मिर्झाराजांच्याकडे मानानं राहा. हट्ट करू नका. काही मागू नका.

(संभाजी जवळ येतो. पायाला हात लावतो. राजांचा उचललेला हात मागे येतो. संभाजी वळतो. एक पाऊल टाकून परत फिरतो.)

शिवाजी	:	बाळराजे, फिरलात का?
संभाजी	:	आबासाहेबऽऽ
शिवाजी	:	बोला, बाळराजे. काही विचारायचं आहे?
संभाजी	:	आबासाहेब, आम्ही गेल्यावर आपल्याला... आमची आठवण येणार नाही?
शिवाजी	:	शंभूबाळऽऽ (शिवाजीराजे संभाजीला मिठीत घेतात. अश्रू निखळतात. संभाजी दूर होतो. शिवाजीच्या डोळ्यांतले अश्रू आपल्या हातांनी पुसतो.)
संभाजी	:	आबासाहेब, तुम्हीच सांगितलंत ना की, राजे कधी रडत नाहीत.
शिवाजी	:	हां, युवराज! राजे कधी रडत नाहीत. पण बापाला ते जमत नाही... जमत नाही...

(पडदा पडतो.)

[अंक पहिला समाप्त]

अंक दुसरा

प्रवेश पहिला

(स्थळ : दिवाण-इ-खास. आग्रा.
पडदा उघडतो, तेव्हा औरंगजेबाचा दिवाण-इ-खास नजरेत येतो. रंगमंचावर वजीर जाफरखान, असदखान, जसवंतसिंग, रामसिंग हे दरबारी मानकरी उभे आहेत. साऱ्यांचे पोशाख दरबारी आहेत.)

असद : कुवर रामसिंग, आपला मात्र दरबार चुकला.

रामसिंग : (निःश्वास सोडून) चुकला खरा! पण दोष माझा नव्हता.

जाफर : आज भरदरबारात जहाँपन्हांनी आपली याद काढली. आपल्या पिताजींच्या आठवणीनं तर बादशहा गहिवरले. त्यांच्याविना बादशहांच्या वाढदिवसाचा दरबार सुना वाटतो, असं अलिजाह म्हणाले. – खरं ना, जसवंतसिंगजी?

जसवंत : अगदी खरं! आज दरबारात साऱ्यांनाच मिर्झाराजांची तीव्रतेनं आठवण झाली. रामसिंग, असा आम दरबार मी पाहिला नाही.

जाफर : शहेनशहांचा वजीर या नात्यानं मी सांगतो. तुम्हीच काय, मोगल सल्तनतीनं असला बेनिहायत दरबार आजवर पाहिला नाही. दरबारचे सारे सरदार, मानकरी, अधिकारी आज या क्षणी या आग्र्यात गोळा झाले आहेत. सम्राटांची तीन लक्षांची शाही फौज आज आग्र्याभोवती तळ ठोकून बसली आहे. ज्या दरबारात एवढ्या खिलती वाटल्या गेल्या, तो का सामान्य दरबार?

जसवंत : रामसिंग, शाही तख्ताची मिजास म्हणून ओळखले जाणारे तख्त-इ-ताऊस, ते नेत्रदीपक सिंहासन, फक्त या दरबारासाठी दिल्लीहून

आग्र्याला आणलं गेलं. जेव्हा सम्राट त्या रत्नजडित सिंहासनावर आरूढ झाले, तेव्हा शेकडो नक्षत्रांमध्ये विराजमान झालेल्या चंद्राची आठवण झाली. आपण हा दरबार चुकवायला नको होता.

रामसिंग : जी! त्याचं मलाही दुःख आहे. पण काय करणार? शाही चाकरीत गुंतलो होतो. वेळेवर येता आलं नाही. शिवाजीराजांना दरबारात आणण्याची कामगिरी माझी होती.

असद : शिवाजी 'दरबारला येत नाही,' असं म्हणाला?

रामसिंग : तसं नाही. मी काल बादशहांच्या खास पहाऱ्यावर होतो. त्या पहाऱ्यातून माझी लौकर सुटकाच झाली नाही. पहाऱ्यातून सुटका होताच मी शिवाजीला आणण्यासाठी गेलो. जेव्हा शिवाजीसह लाल किल्ल्यात आलो, तेव्हा दिवाण-इ-आमचा दरबार संपला होता.

असद : शिवाजीसारखा दगाबाज खतरनाक दुश्मन दरबारात आला नाही, हेच बरं झालं.

रामसिंग : पण त्यासाठी खाविंदांची माझ्यावर इतराजी झाली नाही, म्हणजे मिळाली.

जाफर : त्याची फिकीर करू नका. जहाँपन्हांची तुमच्यावर बेनिहायत मर्जी आहे. तुम्ही दरबारी हजर राहिला नाहीत, म्हणून तुमची आठवण ते विसरले नाहीत. तुमची खिलत त्यांनी राखून ठेवली आहे. तुमचा मान राहावा, म्हणून तुमच्याबरोबरच माझी आणि जसवंतसिंगांची खिलत बादशहांनी राखून ठेवली आहे. जहाँपनाह इथे येतील, तेव्हा खिलती वाटल्या जातील.

रामसिंग : खाविंदांच्या कृपेला अंत नाही. अलिजा केव्हा येणार आहेत?

असद : खिलतीसाठी एवढी बेचैनी!

रामसिंग : खिलतीसाठी नव्हे; शिवाजीराजे आणि त्यांचे युवराज संभाजीराजे बाहेर बादशहांच्या भेटीसाठी तिष्ठत आहेत.

जसवंत : (हसतो.) शिवाजीराजे... युवराज!! हूं! रामसिंग, हरलेल्याला राज्य नसतं. ना तो राजा, ना त्याचा मुलगा युवराज. भिकेसाठी आलेला भिकारी तो...

रामसिंग : क्षमा! महाराज, कृपा करून आपण विसरू नये. शिवाजीराजे एक लढाई हरले असतील. पण माझ्या पिताजींच्याबरोबर तह करून ते आग्र्याला येत आहेत. ते अजून आपल्यासारखेच राजे आहेत.

जसवंत : त्या गद्दार शिवाजीची तुलना आमच्याबरोबर कशाला करता?

शरणागत म्हणून येतोच आहे. त्याचा शिरपेच खेचून घेतला की, राजेपण आपोआपच गळून पडेल.

रामसिंग : (हसतो.) हे आपण बोलावं, याचं आश्चर्य वाटतं! शिवाजीराजांचा शिरपेच खेचून घेण्याची आजवर तुमची हिंमत झाली होती का कधी?

जसवंत : रामसिंग!

रामसिंग : जसवंतसिंग-महाराज! आपण विसरलेले दिसता. याच शिवाजीराजांनी आपला अनेक वेळा पराभव केला. आपण जेव्हा कोंढाण्याला वेढा घालून बसला होता, तेव्हा आपल्याच मागून जाऊन याच शिवाजीनं सुरत लुटली ना! त्यांचा शिरपेच उतरणं एवढं सोपं नाही. निदान तुम्हाला तरी नाही.

जसवंत : शाही तख्ताचा दुश्मन तो शिवाजी! त्याची तारीफ अलिजांच्या दरबारात? वजीर जाफरखान, तुम्ही याला साक्ष आहात... (त्याच वेळी आतून अल्काबाचा पुकार कानांवर येतो. सारे सावधतेने उभे राहतात. ललकारी कानांवर पडत असते.)

बा अदब, बा मुलाहिजा, होशियार!
अबुल मुझफ्फर मुहीउद्दीन मुहंमद,
औरंगजेब बहाद्दूर, आलमगीर बादशहा गाझी
पधार रहे हैं. होशियार!

(अल्काब पुकारले जात असता औरंगजेब प्रवेश करतो.)

निगाह रक्खो! खडी ताजीम
बा अदब, बा मुलाहिजा
शाने, दौलत शहेनशहा जिल्हेसुभान
औरंगजेब बादशहा गाझी
आस्ते कदम, होशवर कदम, नजर वर कदम,
होशियारऽऽ

(साऱ्यांच्या नजरा झुकल्या जातात. नखशिखान्त बादशहाच्या वेषात असलेला औरंगजेब प्रवेश करतो. सारे लवून मुजरा करीत असताना धिमी पावले टाकीत औरंगजेब शाही बैठकीकडे जात असतो. बादशहाच्या मस्तकी भरजरी मोगली पागोटे आहे. त्यावर लखलखणारे शिरपेच दिसत आहेत. अंगावर मखमली रत्नजडित काब्जा आहे. गळ्यात कंठे, बोटांत

तेजस्वी अंगठ्या आहेत. बैठकीजवळ जाऊन औरंगजेब वळतो. त्याच्या चेहऱ्यावर मंदस्मित आहे. मुजरे करून हात बांधून उभ्या असलेल्या आपल्या सरदारांकडे तो पाहतो.)

औरंगजेब : जाफरखान! परवरदिगारच्या दुव्यानं आमचा पन्नासावा वाढदिवस तर पार पडला. आजचा दरबार ठीक झाला ना!

(औरंगजेब आपले पागोटे उतरून नजीकच्या साध्या बैठकीवर ठेवतो. खास बैठकीवरील मलमली टोपी परिधान करतो.)

जाफर : जहाँपन्हा, असा दरबार आजवर झाला नाही. आज हजारो फकीर आपल्या नावाची दुवा मागत आहेत. आजचा दरबार पाहून बेहोश झालेले परत शुद्धीवर यायला कैक दिवस लागतील.

औरंगजेब : (बोटांतील अंगठ्या काढून तबकात फेकतो.) पण शाही दरबार कधीच होशवर येत नाही, याचा आम्हाला भारी दर्द आहे – दर्द आहे.

जसवंत : अलिजा! आजच्या दरबाराचं ऐश्वर्य अलौकिक! या दरबारानं सम्राटांची सत्ता आणि दातृत्व उजळून निघालं आहे. (औरंगजेब गळ्यातले कंठे काढून बैठकीवर फेकतो.) आज प्रत्येक मशिदीतून दौलतीच्या प्रार्थना होत आहेत. लाखो फकीर आज तृप्त होत आहेत. सम्राटांना दीर्घायुष्य लाभावं म्हणून मीसुद्धा एकलिंगजींवर अभिषेक सांगितला आहे. (औरंगजेब अंगातला काब्जा काढीत असता रामसिंग धावतो. काब्जा उतरून घेतो. औरंगजेब काब्जा हाती घेऊन तुच्छतेने बैठकीवर फेकतो. औरंगजेब वळतो. जसवंतसिंगाचे बोलणे थांबते. औरंगजेबाच्या अंगात पांढरा मलमली कुडता व विजार आहे.)

औरंगजेब : तसल्या दुव्याची आम्हाला गरज नाही. अल्लाची दुवा साऱ्या मुसीबती दूर करायला काबील आहे. काफरांच्या देवाची दुवा आम्ही पेहचानत नाही. ठीकऽऽ. तुम्ही काय म्हणत होता? असा दरबार आजवर झाला नाही. असेल. तेही खरं असेल. पण जाफर, हा दरबार पहिला आणि अखेरचा. यापुढं असा दरबार आम्ही घडवणार नाही. —का म्हणून नाही विचारलंत?

जाफर : जी, जहाँपन्हा!

औरंगजेब : आज आमचा पन्नासावा वाढदिवस आम्ही साजरा केला. त्यासाठी साऱ्या सल्तनतीचं वैभव या आग्र्यात इकट्ठं केलं. तख्त-इ-

ताऊस दिल्लीहून आग्र्याला आणलं. लाखो रुपयांची खैरात केली. ती का आमची हौस म्हणून? या पृथ्वीतलावरच्या आयुष्यातलं एक वर्ष कमी झालं म्हणून? कशासाठी हा वाढदिवस साजरा केला?—का म्हणून नाही विचारलंस?

असद : जी, जहाँपन्हा!

औरंगजेब : असला शौक अल्लाच्या दरबारी मंजूर नाही. आम्ही फकीर, आम्हालाही तो मंजूर नाही. पण त्या पाक पैगंबराच्या कार्यासाठी, इस्लामसाठी या तख्ताचा बोज आम्हाला स्वीकारावा लागला. तो स्वीकारीत असता अनेक बेइमान, बगावतखोर, गद्दारांना आम्हाला दुखवावं लागलं. आमच्याविरुद्ध उभारलेले बंडावे मोडून काढीत असता अनेक सरदार गैरमर्जीला पात्र झाले. त्या दुखऱ्या वळवळणाऱ्या जिवांना तृप्त करण्यासाठी आम्ही हा दरबार घडवला. लाचारांच्या अंगावर भरजरी खिलती चढवल्या. बेइमानांना किताबती दिल्या... कमिन्यांना जहागिरी वाटल्या. असले दरबार आम्हाला मंजूर नाहीत. या औरंगजेबासाठी यापुढं एकच दरबार भरवला जाईल. पण तो वाढदिवसाचा नव्हे. ज्या दिवशी दुनियेला सच्ची राह दाखवणाऱ्या चांद-निशाणाखाली तमाम हिंदोस्तानला इस्लामचा आदेश दिला जाईल, त्याच दिवशी परत असा दरबार भरेल. (औरंगजेबाचे लक्ष रामसिंगाकडे जाते.) रामसिंग, आज आम्ही तुझी खूप याद केली. आजच्या दरबारात अधिक चोख कामगिरी कुणी केली असेल, तर ती तू! तुझ्या सेवेवर मी खूश आहे.

रामसिंग : (घाबरून) अन्नदाता, माझी काही चूक नाही. आपल्या पहाऱ्यातून मला वेळेवर सुटता आलं नाही. (औरंगजेबाच्या चेहऱ्यावर स्मित उमटते.) आपली भेटही घेता आली नाही. पहाऱ्यातून सुटका होताच मी तसाच धावलो. (औरंगजेब हसतो.) पण तोवर शिवाजीराजे यायला निघाले होते. त्यांची माझी चुकामूक झाली. मी त्यांना शोधून रस्त्यात गाठलं. शक्य तो लवकर त्यांना इथे घेऊन आलो. सख्त पहारा ओलांडून आम्ही आम दरबारच्या जागी आलो, आणि दरबार संपल्याची नौबद ऐकली. माझी काही कसूर नाही, अन्नदाता. (औरंगजेब मोठ्याने हसत असतो.) अलिजा! मी निर्दोष आहे. (औरंगजेब हसू आवरतो.)

औरंगजेब : नाही, रामसिंग. तू भिऊ नकोस. तुझा काही दोष नाही. आम्ही जे ठरवलं होतं, तसंच घडलं. ज्या शाही तख्तासमोर आजवर जे

शाही तख्ताचे नेकदार सरदार वावरले... सन्मानित झाले, त्या तख्तासमोर मला तो गद्दार शिवाजी पाहायचा नव्हता. ती त्याची योग्यताही नव्हती. तो माझा हेतू तुझ्याकरवी सफल झाला, याचं मला समाधान आहे.

रामसिंग : गुस्ताखी माफ हो, हुजूर. पण शिवाजीराजे आणि युवराज संभाजी आपल्या दर्शनासाठी तिष्ठत आहेत.

औरंगजेब : त्याला पाहण्यासाठी मी इतकी वर्षं थांबलो. मला पाहण्यासाठी तो थोडा वेळ थांबला, म्हणून काही बिघडत नाही. ठीक हैं. रामसिंग, त्या दोघांना घेऊन ये.

जाफर :
असद : (एकाच वेळी उद्‌गारतात.) इथे?
जसवंत :

औरंगजेब : तो क्या हुआ?

असद : अलिजा, मी ऐकतो की, तो भारी दगाबाज आहे.

जसवंत : अन्नदाता, असदखान म्हणतात, ते काही खोटं नाही. ज्यानं दगा करून अफजल मारला, बेसावध शाइस्ताखानाची बोटं तोडली, भरदिवसा ज्यानं मोगलांची सुरत बेसुरत केली, त्या दगाबाज शिवाजीला इथे बोलावू नये.

रामसिंग : अलिजाऽऽ

औरंगजेब : बोल, रामसिंग, तुझा काय सल्ला आहे?

रामसिंग : शिवाजीराजे, खानदानी, शूर... हिमती आहेत. रणांगणावर ते हवी ती नीती बाळगत असले, तरी त्यांची वर्तणूक व सभ्यता कोणत्याही मानी राजाला शोभणारीच आहे.

औरंगजेब : ठीक! आणि आम्ही त्याची भेट घेतली नाही, तर...

रामसिंग : शिवाजीराजे तो आपला अपमान समजतील.

औरंगजेब : तो क्या हुआ?

रामसिंग : गुस्ताखी माफ हो, अन्नदाता! राजांना शब्द देऊन इथे पाठवणारे आमचे पिताजीदेखील नाराज होतील.

औरंगजेब : दुरुस्त! मला शिवाजीचं भय वाटत नाही. तो दुश्मन असेल, पण शाही तख्ताशी इमानदार असलेले तुम्ही सर्व इथे हजर असता मी फिकीर का करावी? मिर्झाराजांच्या शब्दाची मला जरूर कदर केली पाहिजे. जा, रामसिंग, त्या दोघांना इथे घेऊन ये.

(रामसिंग मुजरा करून जातो.)

औरंगजेब : जाफर, आमच्या वाढदिवसासाठी सर्वांत मोठा नजराणा कुणी पाठवला असेल, तर तो आमच्या मिर्झाराजे जयसिंगांनी. त्यांच्या बहाद्दुरीला तोड नाही. नाहीतर शिवाजीसारखा खतरनाक दुश्मन आमच्या पंजात सापडला नसता. शेराला जरा डिवचलं की, तो पंजा उगारतो. मग त्याला मारणं सोपं जातं. देखेंगे, सिवा पहाडी शेर हैं या चूहा.

जसवंत : अन्नदाता, त्या गद्दार शिवाजीला आपल्यासमोर कदमबोसी करायला मिळते, हेच त्यानं नशीब समजावं. नाहीतर त्या शिवाजीची...

(औरंगजेब हात उंचावून इशारत करतो. जसवंतसिंग थांबतो. रामसिंग आत प्रवेश करतो. त्याच्या पाठोपाठ शिवाजीराजे व युवराज संभाजी चालत असतात. रामसिंग औरंगजेबासमोर येऊन त्रिवार मुजरा करतो आणि बाजूला होतो. औरंगजेब समोर उभ्या ठाकलेल्या शिवाजीकडे पाहत असतो.)

रामसिंग : शिवाजीराजे, ज्यांची सत्ता साऱ्या हिंदोस्तानवर आहे, त्या मोगल साम्राज्याचे शहेनशा जिल्हसुभानी औरंगजेब बादशहा!

(औरंगजेबाकडे वळून)

...जहाँपन्हा! ज्यानं स्वपराक्रमानं दक्खनमध्ये स्वतंत्र राज्य उभं केलं, ज्याची सत्ता आदिलशाहीनं आणि कुतुबशाहीनं मानली, ते शिवाजीराजे भोसले मिर्झाराजांच्याशी झालेल्या तहानुसार मुजऱ्यासाठी आपल्या दरबारी आपल्या युवराजांसह हाजिर झाले आहेत...

(क्षणमात्र शिवाजी आणि औरंगजेब परस्परांना न्याहळतात. रामसिंग जवळ जातो.)

औरंगजेब : मग तो असा उभा का? त्याला गर्दन झुकवायला सांग—

रामसिंग : राजे, होशवर या! हा शाही दरबार आहे. तुम्ही शरणागत आहात. जल्दीनं मुजरा करा. मुजरा करा, राजे, आणि संकट टाळा. राजे, मुजरा...

शिवाजी : (निःश्वास सोडून) ठीक आहे, रामसिंग, चिंता करू नको. (शिवाजीची नजर औरंगजेबावर स्थिरावते. चेहऱ्यावर हसू उमटते.) परमेश्वरकृपेनं ऐश्वर्य, सत्ता प्राप्त होते, असं म्हणतात. सर्वांभूती परमेश्वर पाहण्याची आम्हाला साधुसंतांची शिकवण आहे. त्या

परमेश्वराला आम्ही मुजरा करतो. (राजे मुजरा करतात. संभाजी त्यांचे अनुकरण करतो.)

औरंगजेब : रामसिंग, सिवाराजाने क्या कहा?

रामसिंग : अन्नदाता, आपल्याला परमेश्वर समजून राजांनी मुजरा केला आहे.

औरंगजेब : सिवाजीराजाला सांग. त्याच्या गद्दारीनं आमच्या मनाला खूप सग्मा पोचला. त्याची बगावत मोडून काढायला सल्तनत काबील आहे. पण मिर्झाराजांनी रदबदली केल्यामुळे पाक पैगंबरानं आमच्या मनात तुझ्याबद्दल दया निर्माण केली. नाहीतर—

शिवाजी : नाहीतर काय झालं असतं?

औरंगजेब : क्या होता? मिल जाती कुत्तेकी मौत!

शिवाजी : हं! जन्ममृत्यू परमेश्वराधीन, त्याचा अधिकार आपण बाळगता?

जसवंत : बादशहा रहेमदिल आहेत.

शिवाजी : (उपहासानं) रहेमदिल तर खरेच. आम दरबार चुकला असताही खाजगी दिवाण-इ-खासमध्ये आमची भेट घडते, ही शाही कृपाच म्हणायला हवी.

रामसिंग : शिवाजीराजे, त्यात कसूर घडली असलीच, तर त्याची जिम्मेदारी माझी आहे.

शिवाजी : नाही, रामसिंग. या शहरात पाय ठेवल्यापासून ज्या बेपर्वाईनं आमचं स्वागत चाललं आहे, तो केवळ बादशाही दौलतीचा अजागळपणा आहे, असं मानायला आम्ही तयार नाही. जाणून-बुजून आमचा अपमान करण्याचा यात इरादा असलाच पाहिजे.

जसवंत : राजे, शाही दरबाराला ठपका देण्यापूर्वी आपल्या तकदिराला दोष द्याल, तर ते शोभून दिसेल. शाही सल्तनतीचा दरबार पाहायलादेखील भाग्य असावं लागतं.

शिवाजी : जसवंतसिंग, आपल्यासारख्या पराभूत आणि पळपुट्या सरदारानं आमच्याशी तकदिराच्या गोष्टी बोलाव्यात, हा मोठा अजब मामला दिसतो. दक्खनच्या दऱ्याखोऱ्यांत पुन्हा एकदा मुकाबल्यासाठी उतराल, तर—

औरंगजेब : बस, बस...! जाफरखान, खिलत! असद, राजांना त्यांची (शिवाजीचा निर्देश करीत) जागा दाखवा. (जाफरखान पुढे येतो. शिवाजीराजांच्या हाताला स्पर्श करून इशारा करतो. शिवाजीराजांना जसवंतसिंगांमागे नेऊन उभा करतो. एकापाठोपाठ जाफरखान, जसवंतसिंग, रामसिंग खिलतीचा स्वीकार करतात. जाफरखान विड्याचे तबक हाती

घेतो. सर्वांना विडे देतो. शिवाजीच्या हाती विडा देताच शिवाजी तुच्छतेने तो विडा जमिनीवर फेकतो.)

शिवाजी	:	रामसिंग, माझ्यासमोर कोण उभा आहे?
रामसिंग	:	(धावतो.) महाराज, जसवंतसिंग...
शिवाजी	:	महाराजा जसवंतसिंग? माझ्या फौजेनं सदैव ज्याची पाठच पाहिली, तोच ना हा जसवंतसिंग? त्याच्या मागे मला उभं केलं जातं?
रामसिंग	:	राजे, जरा सबुरीनं.
शिवाजी	:	रामसिंग, मी एवढा भोळा नाही. माझ्या पोरवयाच्या युवराजाला सहा-हजारी मनसब दिली जाते. माझ्याशी बेइमान झालेल्या नेताजीला पंच-हजारी दिली जाते, आणि मी बादशहाच्या आमंत्रणावरून इथे आलेलो नुसता विड्याचा मानकरी बनतो! असले विडे चघळून ओठ रंगवण्याची सवय मला नाही.
रामसिंग	:	राजासाब, कुणापुढं बोलता हे? शाही दरबारचा रिवाज...
शिवाजी	:	जो शाही नाही, त्या दरबारचा रिवाज मला सांगता? लाचारीनं जगायची सवय तुम्हाला असेल, मला नाही. (शिवाजीराजे सरळ औरंगजेबासमोर जातात. औरंगजेबाकडे पाहतात.) कोणता पराक्रम या तुमच्या सरदारांनी केला? कशासाठी खिलती वाटल्या गेल्या? माझ्या फौजेपुढं या जसवंतसिंगानं पराजय स्वीकारला म्हणून? मोगली घराण्यात आपल्या आया-बहिणी दिल्या आणि बादशहाचे जनानखाने सजवले म्हणून? या जागी क्षणभरही थांबण्याची माझी इच्छा नाही. (शिवाजीराजे पाठ फिरवून जाऊ लागतात. रामसिंग आडवा येतो.)
रामसिंग	:	राजे—
शिवाजी	:	रामसिंग, दूर व्हा! झाली एवढी इज्जत खूप झाली.
रामसिंग	:	राजे, जरा शांत व्हा!
औरंगजेब	:	रामसिंग, सिवाजीराजाला सांग, खिलतीसाठी एवढा अट्टाहास असेल, तर त्यांना आम्ही खिलत देऊदेखील.

(शिवाजी संतापाने वळतो. कमरेच्या तलवारीवर हात ठेवतो. बादशहा चटकन उठून उभा राहतो. शिवाजी हसतो.)

शिवाजी	:	तलवारीच्या मुठीवर नुसता हात गेला, तर जो घाबरून उभा राहतो, तो कसला सम्राट! आजवर असल्या अनेक मोगल सरदारांच्या खिलती या शिवाजीनं आपल्या तलवारीनं उतरल्या आहेत.

रामसिंग	:	राजे, जबान आवरा! काय बोलता हे? बादशहांना!! शाही तख्तासमोर असली जबान यासारखा गुन्हा नाही. सम्राटांच्या—
शिवाजी	:	सम्राट! कोण? (औरंगजेबाकडे बोट दाखवून) हा? नामर्दाच्या स्तुतीनं भाळणारा हा कसला सम्राट! धर्महीन, स्वाभिमानहीन, निष्ठाहीन— लाचारीनं जगणाऱ्या भेकडांचं कसलं हे शाही तख्त! हा तर हिरव्याकंच डबक्याभोवती पांढऱ्या वस्त्रात वावरणारा ढोंगी बगळा! रामसिंग, त्या तुझ्या औरंगजेबाला सांग की, गवत झाकून आग लपवता येत नाही.
रामसिंग	:	राजे, याचा परिणाम—
शिवाजी	:	परिणामाची काळजी रजपूत केव्हापासून करू लागले? रामसिंग, माझी गर्दन मारली गेली, तरी बेहत्तर. पण या बादशहाचं काळं तोंड मी पाहणार नाही. चला, बाळराजे! (रामसिंगाला बाजूला सारून शिवाजी निघून जातो.)
रामसिंग	:	अलिजा, रहेम! रहेम!! इथली तेज हवा आणि आपलं ऐश्वर्य पाहून त्या शिवाजीचं माथं भडकलं आहे.
औरंगजेब	:	हम सिवाजीका दर्ददिल जान सकते हैं. रामसिंग, सिवासाठी माझं खास गुलाबपाणी मागवून घे. त्याला शांत कर. त्याला त्याच्या छावणीकडे पाठवून तू माघारी ये. (रामसिंग निघून जातो. साऱ्या दरबारात कुजबुज वाढते. त्रस्त औरंगजेब त्यांच्याकडे पाहतो.)
औरंगजेब	:	क्या हैं?
जाफर	:	अलिजा, या शिवाजीनं कहर केला. खुद्द शहेनशहांच्या समोर ही जबान!!
औरंगजेब	:	गद्दार!
जसवंत	:	या गद्दारीला क्षमा नाही. असल्या वर्तनाचा मुलाहिजा राखला गेला, तर शाही सिंहासनाचा बोज राहणार नाही. अलिजांनी हे कसं सहन केलं, तेच कळत नाही.
औरंगजेब	:	मक्कार!
जाफर	:	हां, शहेनशहा! या मक्कार शिवाजीला त्याच्या बेमुर्वत वर्तणुकीबद्दल कडाई सजा दिली गेली पाहिजे. दरबारी साधी जुबाँ उघडली, तर सजा होते आणि हा काफर दरबारी सरळ-सरळ बेइज्जत करतो! पाठ फिरवतो.
औरंगजेब	:	कमिने, कुत्ते!
जाफर	:	अलिजा, आपल्याइतकाच आम्हाला संताप आहे. अशानं दरबारी

इज्जत राहायची नाही. उद्या साऱ्या मानकऱ्यांत हेच बोललं जाईल. काफराचं असं वर्तन सहन केलं, तर इस्लाम टिकणार नाही. या कमिन्या शिवाजीची कत्तल केली पाहिजे!

औरंगजेब : और कुछ!

जसवंत : जो खाविंदांच्या नजरेला नजर देतो, हवा तसा उपमर्द करतो, शाही सिंहासनाला पाठ फिरवतो त्याची अलिजांनी गय कशी गेली, याचंच आश्चर्य वाटतं!

औरंगजेब : खामोश, नादान! मी गद्दार, कमिने, कुत्ते म्हणालो, ते त्या सिवाजीला नव्हे. तुम्हाला! बेशरम! तख्ताची अब्रू कशी राहील, हा सवाल मला विचारता? तो मन चाहील, तसा माझा अपमान करीत होता, तेव्हा तुमच्या कमरेला तलवारीच होत्या ना? त्या म्यानाबाहेर का पडल्या नाहीत? आजवर ज्यांनी असं वर्तन केलं, त्यांची गर्दन त्याच क्षणी धडावेगळी झाली. हा शाही दरबारचा रिवाज. त्यासाठी कुणी कुणाची इजाजत मागितली नाही. उलट मलाच विचारता, मी हे सारं का सहन केलं, म्हणून? जबाब हवा? त्याचं एकच कारण होतं. शाही अन्नावर पोसलेले तुम्ही सारे निमकहराम... बेइमान आहात.

जाफर : खाविंद!

औरंगजेब : चूप. निकल जाव मेरे सामनेसे. (सारे भराभर मुजरे करून निघून जातात.) अफसोस! अफसोस!! या औरंगजेबानं आजवर कधी कुणाला क्षमा केली नाही. सल्तनतीच्या झगड्यात बापाला दया दाखवली नाही. भावांचं नातं जाणलं नाही. बगावत करणाऱ्यांची सर्रास कत्तल केली. तो औरंगजेब, शाही तख्ताचा दुश्मन— त्याचा मुलाहिजा बाळगतो? त्या गद्दार सिवाजीची बेलगाम जुबाँ ऐकून घेतो!! शाही तख्ताला फिरवलेली पाठ शांतपणे पाहतो! ताजुबकी बात हैं! लेकिन क्यों? (औरंगजेब हसतो.) बंडाळी करणारे माझे भाऊ जेव्हा गिरफदार करून सामोरे आणले गेले, तेव्हा अश्रूंनी त्यांनी माझे गुडघे भिजवले. जिवाची भीक मागितली. ते राज्याचे वारस नव्हतेच मुळी! ते भ्याड, नादान, कातर जीव होते, त्यांची कत्तल पाहत असता माझ्या मनाला थोडाही दयेचा स्पर्श झाला नाही. पण हा सिवाजी! सारं राज्य गमावून इथे येतो. भर दरबारात नजरेला नजर भिडवतो! हम बरदाश्त नही करेंगे!! कभी नही करेंगे!! या अल्ला परवरदिगार, त्या सैतानाला सजा

जरूर होईल. या मोगली तख्ताचा वालिद हा औरंगजेब त्याची गय करणार नाही. परवरदिगार फक्त एकच दुवा दे. त्या काफर सिवाजीच्या नजरेला नजर भिडवू नको. ती नजर मला सहन करता येणार नाही.

(रामसिंग प्रवेश करतो.)

औरंगजेब	:	रामसिंग!
रामसिंग	:	जी, अन्नदाता! शिवाजीराजांना त्यांच्या छावणीकडे पाठवून देऊन आपल्या आज्ञेप्रमाणे माघारी आलो. शिवाजीराजांच्या वर्तनाबद्दल मी शरमिंदा आहे.
औरंगजेब	:	त्या शिवाजीनं दरबारी रिवाज मोडला.
रामसिंग	:	जी, हुजूर!
औरंगजेब	:	आम्हाला जी चाहेल, ते बोलला.
रामसिंग	:	हां, अन्नदाता!
औरंगजेब	:	शाही तख्ताला पाठ फिरवली.
रामसिंग	:	अलिजा, खरं आहे.
औरंगजेब	:	जा रामसिंग! त्या शिवाजीची कत्तल करून ये!
रामसिंग	:	अलिजा!
औरंगजेब	:	आजचा सूर्यास्त त्यानं पाहता कामा नये. त्याच्या गुन्हेगारीला एकच शिक्षा आहे. कत्तल! रामसिंग, जा. शाही हुकुमाची तामिली करूनच माझ्या समोर ये.
रामसिंग	:	अलिजा! रहेम करो. अन्नदाता, रहेम करो.
औरंगजेब	:	कभी नही! रामसिंग, सारी दुनिया जरी 'रहेम करो, रहेम करो,' असा पुकारा करू लागली, तरी मी या शिवाजीला क्षमा करणार नाही. शिवाजीची कत्तल झालीच पाहिजे.
रामसिंग	:	हुजुरांचा हाच निर्णय असेल, तर एक अर्ज आहे.
औरंगजेब	:	कहो.
रामसिंग	:	शिवाजीराजांची कत्तल होणार असेल, तर त्याआधी माझी आणि माझ्या बायकामुलांची कत्तल केली जावी.
औरंगजेब	:	(आश्चर्यचकित होऊन) क्या कहा?
रामसिंग	:	अन्नदाता! माझे पिताजी मिर्झाराजे यांनी शिवाजीला जीविताची हमी दिली आहे.
औरंगजेब	:	पण त्यानं केलेला अपमान! माझी बेइज्जत!!

रामसिंग	:	आम्ही रजपूत आहोत, अलिजा! दिलेला शब्द आम्ही पाळतो. माझ्या पिताजींची मला तशी आज्ञा आहे. त्यांनी शिवाजीराजांना शब्द दिला आहे. (औरंगजेब बारीक नजरेने रामसिंगाकडे पाहतो. कठोर चेहरा सौम्य बनतो. हसतो.)
औरंगजेब	:	ठीक आहे, रामसिंग! चिंता करू नको. तुझ्या पित्याचा शब्द मी माझ्याइतकाच मोलाचा समजतो. शिवाजीच्या जीविताला धोका पोचणार नाही. पण त्यासाठी तू जबाबदार राहशील.
रामसिंग	:	मी?
औरंगजेब	:	हो! शिवाजी पळून जाणार नाही, ही जबाबदारी तुझी. तुझे पहारे त्या शिवाजीभोवती राहतील. शिवाजी पळून जात नाही, याला तू जिम्मेदार आहेस, कबूल?
रामसिंग	:	जी, अलिजा!
औरंगजेब	:	ठीक! तू जा. तसा करारनामा लिहून दे. आणि शिवाजीवर तुझे पहारे बसव जा.

(रामसिंग जाताच औरंगजेबाचा चेहरा कठोर बनतो. हात चोळीत असता जाफरखान दबकत, दबकत पुढे येतो.)

औरंगजेब	:	कोण, जाफर? ये. मी मघा बोललो, ते तुला नाही. त्या दुसऱ्या हरामजाद्यांना. जाफर, तू माझा वजीर. तुझ्याएवढा भरवशाचा माणूस माझ्याजवळ दुसरा नाही.
जाफर	:	जहाँपन्हांच्या दिलेदारीला सीमा नाही. (जाफरखान पुढे येऊन गुडघे टेकून बादशहांच्या कुडत्याचे चुंबन घेतो.)
औरंगजेब	:	ऊठ, जाफर! (औरंगजेब तबकातल्या अंगठ्या उचलतो. त्या जाफरखानाच्या हातात टाकतो.) घे! असले शौक मी जाणत नाही. (जाफरचे हात थरथरत असतात.) जाफर, मी एक इच्छा व्यक्त केली, तर पुरी करशील?
जाफर	:	हुजूर हुकूम करावा! ही गर्दन पायाशी उतरून ठेवीन.
औरंगजेब	:	चिंता करू नको. तसलं मी काही सांगणार नाही. जे घडणार नाही, ते मी कधी सांगत नसतो.
जाफर	:	मग शिवाजीची कत्तल?
औरंगजेब	:	नाही. शिवाजीच्या जिवाची हमी मी दिली आहे.
जाफर	:	कुणाला?
औरंगजेब	:	रामसिंगला. अरे जाफर, या हिंदूंची एक अजब जात आहे.

तख्ताच्या निष्ठेसाठी मिर्झाराजे या शिवाजीला नामोहरम करून आग्र्याला पाठवून देतो, आणि त्याच वेळी शिवाजीच्या जीविताची हमी घेतो. या शिवाजीनं केलेला माझा अपमान, शाही दरबारचा अपमान पाहूनही हे गद्दाराच्या जीविताला जामीन राहतात. यासाठी आमचा हुकूम विसरतात. शाही तख्ताचं इमान ध्यानी घेत नाहीत. (हसतो.) या हिंदूंच्या असल्या बेभरवशाच्या निष्ठेमुळेच या भूमीत आमचं तख्त उभं राहिलं. ही या अल्ला परवरदिगारची दुवाच मानली पाहिजे. (आपल्या पागोट्यावरचे शिरपेच काढतो. ते जाफरखानला देतो.) घे जाफर. आमची आठवण म्हणून हे जतन कर.

जाफर : खुदातालाची शपथ घेऊन सांगतो, आपल्यासारखे मालिक मी पाहिले नाहीत, खाविंद!

औरंगजेब : असू दे, जाफर. एक जोखमीचं काम आहे. ते व्हायला हवं. करशील?

जाफर : हुक्म करावा, हुजूर.

औरंगजेब : त्या शिवाजीची मला आता चिंता नाही. खोट्या अभिमानापोटी त्यानं आमचा, आमच्या तख्ताचा अपमान केला आहे. अशा गुन्ह्याला कत्तल हीच शिक्षा आहे. ती अमलात आणण्याला अवधी आहे. तेवढी उसंत मला आहे. ते घडण्याआधी एक व्हायला हवं. मिर्झाराजा—

जाफर : मिर्झाराजे जयसिंग?

औरंगजेब : हां! तो मिर्झाराजा नरवर घाटी ओलांडून परत आग्र्याला येता कामा नये. समझे?

जाफर : जी, खाविंद! समजलो.

औरंगजेब : कत्तल, खून होता कामा नये. सारं चूपचाप झालं पाहिजे. या मिर्झाराजाला शाही पोशाख पाठवून द्या. शाही पोशाखाचा बोज काय असतो, हे त्याला कळू द्या. अशी वस्त्रं पाठवा की, ती पेहनताच उतरण्याचीही संधी मिळू नये. जाफर, तू वजीर आहेस. अक्लमंद आहेस. समजलं?

जाफर : समजलो, खाविंद. जालीम विषानं माखलेली वस्त्रं...

औरंगजेब : खामोश! त्याचा उच्चार परत होता कामा नये. सारं चूपचाप झालं पाहिजे. यासाठी हवा तेवढा खर्च कर. त्याला माझी मुभा आहे. जा, जाफर. कामाला लाग. (जाफरखान जाऊ लागतो, तोच

औरंगजेब हाक मारतो. औरंगजेब काब्जा उचलतो. जाफरकडे फेकतो. जाफर काब्जा गोळा करीत असतो. मुजरा करण्याचा प्रयत्न करीत वाकत तो मागे सरकत असतो.)

औरंगजेब : कमिने, कुत्ते!!... लाचार...

(अंधार होत जातो.)

[प्रवेश पहिला समाप्त]

प्रवेश दुसरा

स्थळ : *रायगडमहाल.*

(राजांची सदर दिसत आहे. अनाजी, मोरोपंत, पिराजी उभे आहेत. थोड्या अंतरावर पुतळाबाई राणीसाहेब उभ्या आहेत. सारे वातावरण चिंताग्रस्त आहे.)

अनाजी : थोरल्या राणीसाहेबांना सांगितलं. पण त्या म्हणाल्या की, मासाहेबांना सांगा.

पुतळा : मासाहेबांना मोठा धक्का बसेल. वय झालं. स्वारी आग्र्याला गेल्यापासून देवापुढचं त्यांचं धरणं सुटत नाही.

अनाजी : पण आता ही लपवून ठेवण्याजोगी बाब राहिली नाही. कुणीतरी हे मासाहेबांना सांगायला हवं. आम्ही सांगण्याऐवजी जर ते आपणच...

पुतळा : अनाजी! काय सांगू मासाहेबांना? 'राजे औरंगजेबाच्या कैदेत पडले. ते आता सुटणं अशक्य...' (पुतळाबाईंना पुढे बोलवत नाही.)

मोरोपंत : राणीसाहेब, तुम्हीच धीर सोडलात, तर आम्ही काय करावं? या औरंगजेबाच्या हाती महाराजांनी सापडायला नको होतं.

पुतळा : यातून काहीच का मार्ग नाही?

मोरोपंत : (नकारार्थी मान हलवीत) काही सुचत नाही. आम्ही इथे, राजे आग्र्याला. खास बादशाही गोटात.

पुतळा : पण त्या औरंगजेबाला संतापायला झालं तरी काय?

मोरोपंत : त्याला फक्त निमित्त हवं होतं. दरबारात त्यानं महाराजांचा अपमान केला. राजांना ते सहन झालं नाही. राजे संतापले. बादशहाला हवं

ते बोलले. एवढंच नव्हे, तख्ताला पाठ फिरवून चालते झाले. राजांनी एवढी मोठी चूक करायला नको होती.

पिराजी : केलं तेच बेस झालं. नाहीतर काय त्या औरंगजेबाचं कौतिक करायचं होतं?

मोरोपंत : पिराजी, राजकारणात अविवेक चालत नाही. तिथे सदैव संयम हवा असतो. आपल्या मुलुखापासून दूर... शत्रुगोटात असताना हे वर्तन काय कामाचं? महाराज असे कसे वागले, याचंच मला आश्चर्य वाटतं!

पिराजी : मला नाही वाटत! पहाडांतला शेर हाय त्यो. उपाशी राहिला म्हून गवत खाईल काय?

मोरोपंत : राजा आणि प्रजा यांत हाच फरक असतो, पिराजी. सामान्य माणसाला आपला जीव वारेमोल करायला मुभा असते. पण लाखाच्या पोशिंद्याला लाखांचा संभाळ करायला जगावं लागतं. अगदी मान-अपमान आणि जय-पराजय सोसूनही. राजांच्या संयमाबद्दल आम्हाला शंका नव्हती. मिर्झाराजांच्याबरोबर तह करताना त्यांनी थोडं का सोसलं? पण तेच राजे नको तिथे असंयमी बनले.

पुतळा : पण रामसिंग त्यांच्याबद्दल ओलीस राहिलेत ना?

मोरोपंत : राहिले होते. परंतु राजांनीच त्यांना जबाबदारीतून सुटका करून घ्यायला सांगितलं. बरोबर विश्वासाची हजार माणसं नेलेली, तीसुद्धा राजांनी परत पाठवली. राजांच्याजवळ आता फक्त मोजकी माणसं आहेत. आणि राजांच्याभोवती पोलादखानाचा कडेकोट पहारा बसला आहे.

पुतळा : मासाहेब आल्या. (सारे चूपचाप होतात. जिजाबाई प्रवेश करते. जिजाबाई अधिक थकलेली असली, तरी तिचा करारीपणा जिवंत आहे. जिजाबाई आत येताच थबकते. मोरोपंत, अनाजी, पिराजी मुजरा करतात.)

जिजाबाई : कोण? मोरोपंत, अनाजी, पिराजी या वेळी राजांच्या सदरेवर? पुतळा, काय बेत आखलाय यांनी?

मोरोपंत : आपल्या दर्शनासाठी सहज आलो होतो, मासाहेब. आपल्या येण्याचीच वाट पाहत होतो आम्ही.

जिजाबाई : (हसते.) अरे, या काळ्याचे पांढरे इथेच झाले रे! अशा अवेळी पुढची सदर सोडून राजांच्या सदरेवर येणारी मंडळी तुम्ही नव्हे. काय झालं?

मोरोपंत : तसं काही काळजीचं कारण नाही.

जिजाबाई : पण तशी आनंदाचीही खबर नाही, असंच ना? सांग बाबा, काय असेल, ते सांगून टाक.

अनाजी : मासाहेब आपण थोडं बसून घ्यावं.

जिजाबाई : बसून ऐकलं म्हणून संकटं बसत नाहीत, बाबा. तसली वार्ता उभं राहूनच ऐकावी. सांग, राजांना कैद झाली का?

मोरोपंत : मासाहेब, आपल्याला कुणी सांगितलं?

जिजाबाई : कुणी सांगायला कशाला हवं? राजे आग्र्याला गेले. रामसिंग ओलीस म्हणून राहिले. एवढं तर कळलं होतं. राजांची कैद एवढंच शिल्लक राहिलं होतं.

मोरोपंत : मासाहेब!

जिजाबाई : चिंता करू नको. अरे, तसं पाहिलं, तर हीसुद्धा आनंदाचीच बातमी आहे. राजे सुखरूप आहेत, हे का थोडं?

मोरोपंत : मासाहेब, आपणाला माहीत नाही. त्या औरंगजेबानं पुरा घात केला. आता राजांच्या भोवती चाळीस तोफांचा आणि वीस हजारांचा पहारा बसला आहे.

जिजाबाई : (हसते.) मोरोपंत, आपले राजे केवढे मोठे आहेत, हे यावरून चटकन ध्यानी येतं बघ. नाहीतर एका माणसासाठी एवढा पहारा कोण बसवतं?

अनाजी : मासाहेब, आपण हे बोलता? कुठून आणलंत हे बळ?

जिजाबाई : अरे, माझ्या मोकळ्या कपाळाकडे बघ ना! म्हणजे कळेल कुठून हे बळ आलं ते. मोरोपंत, राजांनी स्वराज्याचा डाव मांडला आणि तो रंगत असतानाच तिकडे विजापुरी स्वारींना कैद झाली. भिंतीत चिणून मारण्याची धमकी दिली. ते दिवस मी कसे घालवले, ते मलाच माहीत! सकाळी कुंकवाच्या कोयरीतलं बोट कपाळाला नेईपर्यंत केवढं बळ खर्चावं लागायचं! ते तुम्हाला कळायचं नाही. त्याला बाईच्याच जन्माला जायला हवं.

पुतळा : (धावत जिजाबाईंजवळ जाते. त्यांना मिठी मारून रडू लागते.) मासाहेब...

जिजाबाई : रडू नको, पोरी! राजांच्या नशिबी ही संकटं सदैव असतात. माझ्या शब्दावर विश्वास ठेव. राजे सुखरूपपणे माघारी येतील. त्यांना यावंच लागेल. या स्वराज्यासाठी राजांच्या शब्दाखातर शेकडो माणसांनी आपले प्राण वेचले. शेकडो स्त्रियांनी आपल्या कपाळीचं

कुंकू उतरवलं. तो त्याग का वाया जाईल? पूस ते डोळे. संकटकाळी डोळ्यांत पाणी आणू नये. अशुभाला अवसर मिळतो.

पिराजी : सांगितलं नव्हतं, अनाजी?—मासाहेब, हे म्हणाले, तुमास्नी धक्का बसंल म्हणून!

जिजाबाई : अरे, माणसानं सोसायचं तरी किती? अति झालं की, मन कोडगं बनतं बघ. आता डोळ्यांत पाणीसुद्धा राहिलं नाही.—मोरोपंत, कुणी आणली ही बातमी?

मोरोपंत : मासाहेब, राजांनी आपल्याबरोबर नेलेली हजार माणसं परत पाठवून दिली. त्यांतले पाच असामी गडावर आलेत. त्यांनीच ही बातमी आणली.

जिजाबाई : मग काय ठरवलंत?

मोरोपंत : काही उपाय दिसत नाही. कदाचित मिर्झाराजे जयसिंगांना मध्यस्थी घालून राजांची सोडवणूक करण्याचा...

जिजाबाई : औरंगजेब सोडेल?

अनाजी : शक्यता आहे. जर राजांनी चाकरी पत्करली, तर...

जिजाबाई : राजांनी मोगलांची चाकरी पत्करली, तर मग राजे इथे कशाला हवेत? मोगलांच्या चाकरीकरता का तुम्हाला राजांनी गोळा केलं?

मोरोपंत : मासाहेब, आपल्या ध्यानी येत नाही. राजांच्या जीविताचा आज सवाल आहे. औरंगजेबासारख्या कठोर दुश्मनाच्या हाती राजे आपसूक सापडले आहेत. ज्या औरंगजेबानं बापाला दया दाखवली नाही, भावांची कत्तल उघड्या डोळ्यांनी पाहिली, तो औरंगजेब राजांना कशी दया दाखवणार? मासाहेब, सह्याद्रीचा गरुड उत्तरेच्या माळावर फासेपारध्यांच्या जाळ्यात सापडला... जाळ्यात सापडला!

जिजाबाई : मोरोपंत, चुकून का होईना, तू राजांना गरुड म्हटलंस. अरे, गुरुडाची घरटी जमिनीवर नसतात. ती उंच कडेकपारी असतात. गरुडाच्या पिलांना पंख फुटले की, गरुडाची आई त्यांना आपल्या घरट्यातून ढकलून देते. जी पिलं पंखांचं बळ घेऊन माघारी घरट्यात येतात, तीच गरुडांची पिलं ठरतात. राजे गरुड असतील, तर आपल्या पंखांच्या बळावर माघारी घरट्यात येतील. नाहीतर या घरात गरुड जन्मलाच नव्हता, असं म्हणावं लागेल. गरुडाला जाळ्यात पकडणारा फासेपारधी अजून जन्माला यायचा आहे.

मोरोपंत : मासाहेब, राजे कैदेत आहेत, एवढ्यावरच का स्वस्थ बसायचं? तो औरंगजेब महाघातकी. केव्हा काय डाव टाकील, याचा

भरवसा कोण देणार?

जिजाबाई : स्वस्थ बसा, असं मी कुठे म्हणते? मोरोपंत, खरंच त्या औरंगजेबानं काही केलं तर?

मोरोपंत : कल्पनाही सहन होत नाही. राजे नाहीत तर काही नाही.

जिजाबाई : वाटलंच मला! त्याइतका राजांचा दुसरा पराभव नाही. अरे, माणसं येतात, तशी जातात. पण ज्यासाठी येतात, ते तसंच चालू राहिलं, तर त्यांच्या जिवाचं सार्थक होतं. राजांनी मांडलेला डाव त्यांच्यामागे चालणार नसेल, तर त्या डावाला अर्थ राहायचा नाही, बाबा!

मोरोपंत : पण राजांची सर कुणाला येईल?

जिजाबाई : तुमचे राजे सल्तनीचे बादशहा म्हणून जन्माला आले नव्हते. साऱ्या बारा मावळांत पुंडावा असताना आम्ही पुण्याला आलो. तीस गावांच्या पोटमोकाशाचे आम्ही धनी. तेवढंच दादोजी खर्चासाठी देत. राज्य होतं पाटलांचं. वतनदारांचं. अमीनांचं. मग जहागिरदाराच्या पोराला विचारतो कोण! त्यातून राजे उभे राहिले. राजांच्या मागे राजेपण नव्हतं. म्हणूनच तानाजी, येसाजी, बहिर्जी, बाजी यांसारखी अठरापगड जातीची माणसं गोळा झाली.

मोरोपंत : ते राजांचं सामर्थ्य!

जिजाबाई : नाही मोरोपंत, तसं नाही! माणसानं माणसासारखं वागलं की, ते जमतं. तुम्ही प्रधान, अनाजी सचिव—सदर सोडून तुम्ही हलणार नाही. आल्या माणसाच्या खांद्यावर कधी प्रेमभरानं हात ठेवणार नाही. देव्हाऱ्यातल्या देवासारखे तुम्ही. पूजेखेरीज तुमच्याकडे कोण येणार? राजे तिकडे कैदेत पडले. जिवावर बेतलं आणि तुम्ही नुसती चिंता करीत बसला.

अनाजी : पण मासाहेब, आम्ही इथे बसून काय करणार?

जिजाबाई : त्यापेक्षा राजे तिथे बसून काय विचार करीत असतील, याचा विचार का करीत नाही?

मोरोपंत : राजे तरी अशा प्रसंगात काय करणार? एकटे पडले.

जिजाबाई : माझा शिवबा म्हणजे निष्ठावंत अर्जुन नाही. नुसत्या धर्मभावनेला चिकटून राहणारा तो युधिष्ठिरही नाही. तो आहे भीमासारखा. जेव्हा त्याची पाठ जमिनीला लागते, तेव्हाच त्याला परत दहा हत्तींचं बळ लाभतं. संकटं तीव्र होतात, तेव्हाच त्याला मार्ग दिसतो. —पिराजी, फार दिवसांत दिसला नाहीस?

पिराजी	:	मासाहेब, देवीचा प्रसाद आणलाहे.
जिजाबाई	:	देवीचा?
पिराजी	:	जिवाला चैन पडना, तेव्हा तुळजापूरला गेलो. देवीला साकडं घालून आलो. देवीला कौल लावला, त्यो बी चांगला मिळाला.
जिजाबाई	:	काय मागून घेतलंत?
पिराजी	:	आता राजांच्याशिवाय काय मागणार? राजे आपसूकच घरला येतील, असा कौल दिला देवीनं.
जिजाबाई	:	तसंच घडू दे, बाबा. तसं घडलं, तर देवाच्या पायऱ्या रुप्यानं मढवीन मी.—मोरोपंत, राजांनी माणसं पाठवली, पण काहीच का निरोप दिला नाही?
मोरोपंत	:	मासाहेब, राजांनी आपल्या नावे पत्र पाठवलं आहे.
जिजाबाई	:	अरे, मग तसंच का ठेवलंस?
मोरोपंत	:	आपल्याच हाती देणार होतो. नंतर.
जिजाबाई	:	वाच, बाबा! ऐकू दे काय म्हणतोय ते.
मोरोपंत	:	इथे?
जिजाबाई	:	अरे, इथे का कोणी परकं आहे?
पिराजी	:	मासाहेब, मी येतो.
जिजाबाई	:	थांब, पिराजी! अरे, तू का परका? दोन मुलं गुंतवून कायमचा गुंतलास, बाबा. तू जाऊ नको. नाहीतर राजांच्यासाठी तुळजापूरला कोण गेलं असतं? मोरोपंत, वाच.
मोरोपंत	:	(थैली उघडतो. खाकरतो. पत्र उघडून वाचू लागतो.) ''श्रीमंत तीर्थरूप मातोश्री आऊसाहेब यांचे सेवेशी बालके साष्टांग दंडवत. वि. वि. सांप्रत औरंगजेबाने दुर्बुद्धी करोन आम्हास कैद केले, ते आपणास विदितच असेल. आम्ही कैद असलो, तरी श्रीभवानीकृपेने आम्ही क्षेम आहो. चिंता न करावी—''
जिजाबाई	:	चिंता नसावी म्हणे. सांगायला काय जातं? एवढी काळजी होती, तर आग्ऱ्याला गेलाच कशाला? तो मोठा आहे. पण संभाजी! ते कोवळं पोर, त्याला चैन पडत नसेल.
मोरोपंत	:	मासाहेब, फक्त राजे कैदेत आहेत, युवराज नाहीत. उलट रामसिंगाच्याबरोबर ते नेहमी बादशहाच्या भेटीला जातात, असं समजलं आहे. बादशहाला युवराजांचा खूप लळा आहे म्हणे.
जिजाबाई	:	समजलं! वाच पुढं.
मोरोपंत	:	''श्रीमथुराधिपती भगवान श्रीकृष्ण, काशीविश्वेश्वर, तेलंगवासी

नारायण आम्हावर आशीर्वाद देऊन आहेत. त्यांच्या कृपेकरून संकटे जैसी आली, तैसी निवारण होतील. मार्ग दाखविण्यास श्रीसमर्थ आहे. त्यावर अविश्वास न धरावा—"

जिजाबाई : वाच. थांबलास का?

मोरोपंत : भाषा राजांचीच खरी. पण राजे असं असंबद्ध कधीच लिहीत नाहीत.

जिजाबाई : वाच.

मोरोपंत : "काही अघटित घडले, विपरीत झाले, तरी धीर न त्यजावा. हा तो मृत्युलोक आहे. यामागे किती एक जन्मले, तितुके गेले. चिरंजीव राजारामास मांडीवर घेऊन राज्य चालवावे. आमचे दरबारी हरहुन्नर जाणणारे असामी थोडे नव्हेत. श्रींचे कार्यात खंड पडू न द्यावा. दौलतीचे कल्याण चिंतावे. जीवितकार्य समजोन राज्य वृद्धीने पाठवावे. उपरी खबर कळविणे होणार नाही. ते कळावे म्हणोन ली॥ बहुत काय लिहिणे. लेखनसीमा—"

जिजाबाई : तो नाही, ते राज्य चालवा म्हणे! सत्तर वर्षांच्या म्हातारीला सांगतो. राजेच ते, त्यांच्या तोंडाला हात कोण लावणार! (पुतळाबाई डोळ्याला पदर लावतात.) पुतळा, अगं, मी त्याची आई, ती रडत नाही आणि तू कशाला डोळ्यांत पाणी आणतेस? जेव्हा विचार करायचा, तेव्हा माणसं रडत बसतात. म्हणूनच संकटं टळत नाहीत.

पिराजी : मासाहेब, जसा शास्ताखान गारद केला, तसं राजांच्या छावणीवर तुटून पडलं तर राजांची सुटका नाही व्हायची?

अनाजी : पिराजी, एक विसरता! शास्ताखान होता या मुलखात. राजांच्या लाल महालात. म्हणून ते जमलं. बादशहाच्या राजधानीत ते जमायचं नाही.

जिजाबाई : अनाजी, किती माणसं आली म्हणालात?

अनाजी : पाच जण आलेत, मासाहेब.

जिजाबाई : मग बाकीचे वाट चुकले का रे? राजांनी हजार माणसं सोबत नेली होती. फक्त पाच गडावर आली. मग बाकीचे कुठे आहेत?

जिजाबाई : राजांनी निश्चित काहीतरी बेत आखलाय. ते पत्र परत वाच. श्रीविश्वेश्वर असं काहीतरी म्हणाला बघ.

मोरोपंत : "श्रीमथुराधिपती श्रीकृष्ण, काशीविश्वेश्वर, तेलंगणवासी नारायण आम्हावरी आशीर्वाद ठेवून आहेत. त्यांच्या कृपेवरून संकटे जैसी

आली, तैसी निवारण होतील. मार्ग दाखवायला श्रीसमर्थ आहे.''

जिजाबाई : थांब रे! 'मथुरा, काशी, तेलंगण. मार्ग दाखविण्यास श्रीसमर्थ आहे.'

मोरोपंत : (आनंदाने) मासाहेब! मथुरा, काशी, तेलंगण ही वाटपण नाही. हा मार्ग उलटा-सुलटा आहे. कुठे मथुरा, काशी, कुठे तेलंगण... छे!

जिजाबाई : काय छे! आडवाट केल्याखेरीज का राजे सुखरूपपणे येतील? आता शंका नको. राजांनी काहीतरी मोठा बेत आखला आहे. जेवढी विश्वासाची माणसं असतील, ती या वाटेवर पेर. डोळ्यांत तेल घालून राहा म्हणावं. मोरोपंत, कोणत्या क्षणी माझ्या मुलाला कुणाच्या मदतीचा हात लागेल, कोण सांगणार? जा तुम्ही! (तिघेही जातात.)

पुतळा : (आनंदाने पुढे होऊन जिजाबाईला त्रिवार वंदन करते.)

जिजाबाई : चिंता करू नको, पोरी! अखंड सौभाग्यवती हो! तुझं सौभाग्यजीवन मृत्यूबरोबर तुटणार नाही. ते अटळ राहील. हा तुला माझा आशीर्वाद आहे. [पुतळाबाई आत जातात. जिजाबाई बैठकीवरील शिवाजीच्या जिरेटोपाजवळ जाऊन बसतात. जिरेटोपाकडे पाहून 'शिवबा' म्हणतात. प्रकाश मंदावतो. प्रवेश संपतो.]

[प्रवेश दुसरा समाप्त]

प्रवेश तिसरा

स्थळ : *आग्र्यामधील शिवाजीराजांची कैद-छावणी.*

(प्रकाश वाढत जातो, तेव्हा कैद-छावणीची जागा दृष्टीस पडते. महालवजा उजव्या हाताला आतल्या बाजूला दरवाजा व डाव्या हाताला पहारा चालू असलेला दरवाजा दिसतो. मध्यभागी राजांची शय्या दिसते आहे. एका बाजूस एक पेटारा दिसत आहे.

रंगमंचावर हिरोजी फर्जंद पेटाऱ्यात मिठाई भरताना दिसतो. मिठाई भरतो. त्यावर एक मोहोरांची मखमली थैली ठेवतो. तेवढ्यात मदारी येतो.)

मदारी : अच्छी कामगिरी पार पडली. एकूणएक पेटारे सगळ्या बोकडांच्या कोठीवर पोचते झाले. (थबकून, विस्मयाने) आँऽऽ? हे काय? अजून हा बाकीच?

हिरोजी : नुसता बाकी नाही! हा तर सगळ्यांत महत्त्वाचा पेटारा.

मदारी : वजीर जाफरखानाकडे तर पेटारा मघाच रवाना झाला. त्याच्यापेक्षा मोठा असामी कोण आहे?

हिरोजी : तुझा-माझा बाप – तो पोलादखान!

मदारी : पोलादखाँ! विसरलोच की. पण आता आफत आली, भाई. (हिरोजी बघू लागतो, तसा) फक्त एक भोई बाहेर उभा आहे. दुसरा भोई मिळणंही महामुश्कील झालंय.

हिरोजी : (वैतागाने) मग काय आता मी भोई होऊ, आणि पेटारा उचलू?

मदारी : चिडू नका, हिरोजीराव! तितकीच पाळी आली, तर मी होईन भोई. घटकाभर बाहेर फेरफटका मारायला मिळेल आणि कोणी दक्खनी माणसं भेटली तर चटणीभाकर तरी खायला मिळेल.

हिरोजी : इथे उपासमारीच चालली आहे की नाही तुझी?

मदारी : छोडो, भाई! इथल्या मिठाईचा अगदी वीट आलाय – दिवसरात्र खाऊन खाऊन! अरे, रात्री स्वप्नंदेखील चटणीभाकरीची पडतात.

हिरोजी : इथे गळ्याला लागली तात! आणि तुला चटणीभाकरीची स्वप्नं पडतात! चल, उचल हा पेटारा.

मदारी : मीऽऽ?

हिरोजी : बाहेर फेरफटका मारून, चटणीभाकर हदडून यायची आहे ना तुला?

मदारी : पैज मारीत असलास, तर भोई म्हणून जाऊन येतो की नाही, ते पाहाच!

हिरोजी : जाशील, पण परत काही यायचा नाहीस.

मदारी : ते सोडा, राव. एकदा या मदारीनं ठरवलंच, तर—

(त्याच वेळी पोलादखाँ आत येतो. दोघे चपापून त्याच्याकडे पाहतात. पोलादखाँ उंच, धिप्पाड आहे.)

मदारी : आइये, आइये, पोलादखाँसाहेब!

पोलादखाँ : क्यों मदारी, हिरोजी, राजासाबकी तबियत कैसी हैं?

मदारी : तेवढं पूछो मत! दिवसेंदिवस फारच बिघडत चालली आहे. आमच्या वैद्यांनादेखील चिंता वाटू लागली आहे.

पोलादखाँ	:	जरूर चिंता करनेकी बात हैं! त्या तुमच्या वैद्याकडून दवा घेण्यापेक्षा हकिमाची दवा घेतली असती, तर राजे एकदम ठीक होऊन गेले असते.
मदारी	:	ठीक होऊन गेले असते! ते तर नको आहे. ठीक होऊन तसं जाण्यापेक्षा आजारी होऊन असं राहिलेलं बरं!
पोलादखाँ	:	क्या कहा?
मदारी	:	काही नाही, खानसाहेब! राजे बीमार आहेत. त्यांचा ज्याच्यावर विश्वास, त्याचंच औषध ते घेणार.
पोलादखाँ	:	पण राजे कुठे दिसत नाहीत?
मदारी	:	पूजेसाठी बसले आहेत.
पोलादखाँ	:	या वख्ताला? राजे बीमार आहेत ना?
मदारी	:	मग काय झालं? जोवर पायांत त्राण आहे, तोवर राजांची सकाळ-दुपार-संध्याकाळची पूजा चुकणार नाही.

(पोलादखाँचे लक्ष टोपल्यांकडे जाते. तो टोपल्यांकडे जातो. टोपली उघडतो. टोपलीत हात घालतो. एक मखमली थैली उचलतो. संशयाने मदारीकडे पाहतो.)

पोलादखाँ	:	ये क्या हैं?
मदारी	:	मोहरांची थैली.
पोलादखाँ	:	मोहरांची थैली? तोबा तोबा! अरे, तुमचे राजे मिठाई वाटतात की मोहरा?
मदारी	:	(हसतो.) खानसाहेब! दरबारी राहून एवढा रिवाज माहीत नाही?
पोलादखाँ	:	कसला रिवाज?
मदारी	:	राजांना बरं वाटावं, म्हणून ही मिठाई वाटली जाते, हे तर खरं ना?
पोलादखाँ	:	तो?
मदारी	:	ही मिठाई फकिरांना वाटली जात नाही. दरबारच्या आपल्यासारख्या थोर सरदारांना वाटली जाते. सरदार काय भिकारी आहेत? नजराण्याखेरीज मिठाई कधी पाठवली जाते?
पोलादखाँ	:	म्हणजे प्रत्येक पेटीबरोबर नजराणा?
मदारी	:	हां! हा आमचा रिवाज आहे. आता हा पेटारा आज आपल्या कोठीवर पाठवायचा आहे. तो नुसत्याच मिठाईनं भरून पाठवायचा का?

पोलादखाँ	:	नही, नही! ऐसा कैसा हो सकता हैं? रस्मरिवाज तो पाळलाच पाहिजे.
मदारी	:	राजांनी दीडशे मोहरांची थैली ठेवायची आज्ञा दिली आहे.
पोलादखाँ	:	दीडशेऽ?
हिरोजी	:	हे काहीच नाही. आपल्यासारख्यांना दीडशेच पाठवणं हे राजांना दुःख आहे. राजे आपल्या मुलखात असते, तर हजारो मोहरा त्यांनी सहज नजराणा घातला असता.
पोलादखाँ	:	असा दिलदार कैदी मी पाहिला नाही. राजे एवढे अमीर...
हिरोजी	:	खामोश! पोलादखाँ! राजे नुसते अमीर नाहीत, ते राजे आहेत. उत्तरेत तुमची बादशाही असेल, पण दक्षिणेत शिवशाही आहे. आमच्या राजांची सत्ता आदिलशाही, कुतुबशाही मानते. राजे जेव्हा सिंहासनाकडे जातात, तेव्हा वाटेवर गालिचा पसरलेला नसतो.
पोलादखाँ	:	फिर?
मदारी	:	मोहरा अंथरलेल्या असतात, मोहरा. आणि त्या मोहरा दररोज दासदासींना वाटल्या जातात. हे प्रत्येक दरबाराच्या वेळी घडतं.
पोलादखाँ	:	तोबा!
मदारी	:	तुमच्या बादशहांचा अल्काब काय आहे?
पोलादखाँ	:	क्यों?
मदारी	:	सांगा तर खरं!
पोलादखाँ	:	अबुल मुझपर मुहीद्दीन मुहंमद औरंगजेब बहाद्दर.
मदारी	:	(हसतो.) ऐकलंस, हिरोजी?
हिरोजी	:	(हसतो.) हा काय अल्काब आहे?
पोलादखाँ	:	शहेनशहांच्या अल्काबाला हसता?
मदारी	:	पोलादखाँ, आम्ही अल्काबाला हसत नाही. साऱ्या हिंदोस्थानचे शहेनशहा आणि एवढाच अल्काब? आमच्या राजांचा नुसता अल्काब ऐका –
		अनंतकोटिब्रह्मांडनायक, गोब्राह्मणप्रतिपालक,
		सिंहासनाधीश्वर, सर्वसत्ताधीश्वर, त्रैलोक्याधिपती,
		पुढे काय रे, हिरोजी?—
हिरोजी	:	समर्थाचिया सेवका वक्र पाहे । असा सर्व भूमंडळी कोण आहे जयाची लिळा वर्णिती लोक तिन्ही—
मदारी	:	शिवाजीमहाराजऽऽ! ऐकलंत? असा अल्काब असावा लागतो.
पोलादखाँ	:	बकवास बंद कर. राजे केव्हा येणार?
मदारी	:	राजे येतील, किंवा येणारही नाहीत.

पोलादखाँ : येणार नाहीत?

मदारी : कुणी सांगावं? (पोलाद मदारीचा कुडता पकडतो.)

पोलादखाँ : ए, मजाक मत कर!

मदारी : (कुडता सोडवून घेत) मी मजाक नाही केली, पोलादखाँ! मी खरं तेच सांगितलं. राजांच्या मनात असलं, तर बाहेर येतील, नाहीतर निघून जातील.

पोलादखाँ : निघून जातील? कुठे?

मदारी : कुठेही. विचारा हिरोजीरावांना!

हिरोजी : खरं आहे. अनेक वेळा राजे राजगडला पूजेला जातात आणि नाहीसे होतात.

पोलादखाँ : गायब?

हिरोजी : जी हां. गायब. कधी सिंहगडावर, तर कधी तोरण्यावर प्रकट होतात. राजांना देवी भवानी प्रसन्न आहे.

पोलादखाँ : (हसतो.) अरे, छोडो ऐसी बातको. ऐसा कभी हो सकता हैं?

मदारी : क्यों नही? खानसाहेब आपण विसरलेले दिसता? त्या बादशहांच्या समोर शास्ताखानानं कुराणावर हात ठेवून सांगितलं होतं ना?

पोलादखाँ : क्या?

मदारी : शास्ताखानानं कुराणावर हात ठेवून सांगितलं की, शिवाजीराजे भिंतीतून आले म्हणून! त्यानं आपल्या डोळ्यांनी पाहिलं.—का तेही खोटं?

पोलादखाँ : क्या बकता हैं?

मदारी : आमच्या राजांना आपल्या पहाऱ्याची भीती नाही. भीती असती, तर बरोबरची हजार माणसं कशाला पाठवली असती? तुम्हाला माहीत नाही. आम्ही बघितलंय. आदिलशाही सरदार अफझलखान तुमच्यासारखाच धिप्पाड होता. भेटीच्या वेळी राजांनी त्याला नुसतं मिठीत घेतलं. आणि राजांनी रूप बदललं. राजे वाढत-वाढत डेऱ्याच्या कळसाला लागले. राजांनी वाघनखं-बिघनखं काही वापरली नाहीत. नुसता पाय उचलून नख लावलं! पोट टरटरा फाटलं! आमच्या मुलुखात राजाला उगाच नाही देव मानीत!

(मदारी सांगत असता राजे मागून येत असतात. ते आपल्याच तंद्रीत. समाधीतून जागे झाल्यासारखे येतात व पोलादखानाच्या मागे उभे राहतात.)

मदारी	:	तुम्हाला राजेच बघायचे आहेत? जरा मागे वळून बघा.
पोलादखाँ	:	(मागे वळतो, आणि दचकून) राजासाब, आप यहाँऽऽ!
मदारी	:	तर काय! इतक्यात तुमच्यामागे जमीन फाटून वर आले.
शिवाजी	:	(आपल्याच तंद्रीत) हिरोजी, प्रतापगडच्या जगन्मातेनं आज आम्हाला दर्शन दिलं.
हिरोजी	:	(पोलादखानाला) झाली? पटली खात्री? क्षणापूर्वी महाराज प्रतापगडावर होते. देवीच्या पूजेला.
पोलादखाँ	:	तोबा... तोबा!
मदारी	:	तिथून रायगडावर! मासाहेबांच्या दर्शनाला! दर्शन आटोपताच वापस.
पोलादखाँ	:	राजासाब, क्या ये बात सच हैं?

(शिवाजीराजे आसनावर बसून भारल्यागत बघत राहतात. तसा –)

हिरोजी	:	फुलादखाँसाहेब! महाराजांच्या अंगात आलेली देवी अजून उतरली नाही. पोटात शक ठेवून विचाराल, तर घरादाराची बरबादी होईल.
पोलादखाँ	:	(मागे सरत) नही... नही, मैं जाता हूँ! लेकिन ये पेटारा जल्दीसे जल्दी हमारे कोठीपर भेज देना!

(पोलादखान जातो. शिवाजी भानावर येतात.)

शिवाजी	:	हिरोजी, मदारी, तुम्ही लोक काय म्हणत होता? तो पोलादखान असा घाबऱ्या-घाबऱ्या निघून का गेला? (न्याहाळून) तुम्ही काहीतरी मस्करी केलीत वाटतं त्याची.
मदारी	:	मस्करी नाही! पण जरा मराठी मातीचा हिसका दाखवला खानसाहेबांना.
शिवाजी	:	काय म्हणावं तुम्हाला? आपण कैदेत आहोत, आपल्या मुलुखात नाही. पुढच्या क्षणाचा भरवसा देता येत नाही, असा वख्त गुदरला आहे आणि तुम्ही—
मदारी	:	गलती हुई, महाराज—
शिवाजी	:	हा पेटारा इथे काय म्हणून?
मदारी	:	एक भोई कमी पडला—
शिवाजी	:	कमी का पडला? (हिरोजी, मदारी मान खाली घालतात.) दिलेल्या यादीबरहुकूम हा एक पेटारा भरायचा राहून गेला, असंच ना? हिरोजी, काल दिलेली यादी हरवलीस, स्मरणातून आठवले तसे

पेटारे भरून पाठवलेस, म्हणून ही गफलत झाली. बरोबर आहे ना?

हिरोजी	:	महाराज! आपल्या अचूक अंदाजापुढं काय छपून राहणार? गफलतीची माफी असावी.
शिवाजी	:	हा पेटारा ताबडतोब गेला पाहिजे! मदारी—
मदारी	:	ती जिम्मेदारी माझी! महाराज, आपण चिंता करू नये! उभ्या आग्र्यात एक भोई मिळत नाही, म्हणजे काय? (मदारी दारापर्यंत जातो. बाहेरच्या एका भोयाला खुणावतो. भोई येतो. मदारी व भोई पेटारा घेऊन बाहेर पडतात.)
हिरोजी	:	महाराज, देवीनं आपल्याला दर्शन दिलं?
शिवाजी	:	हां, हिरोजी! कधी नव्हे ती जगन्माता रुष्ट होती! रागरागानं ती आम्हाला म्हणाली, "लेकरा, मी दिलेले एकूणएक इशारे विसरलास. राजाने करू नये त्या चुका केल्यास. आता माझ्या दारी येऊ नकोस."
हिरोजी	:	छे, छे, महाराज! असं होणार नाही. कधीही होणार नाही. भवानीमातेचा आपल्यावर अखंड वरदहस्त आहे—

(त्याच वेळी संभाजीराजे येतात.)

शिवाजी	:	या, बाळराजे, आज काय पराक्रम करून आलात?
संभाजी	:	आबासाहेब, आम्ही रामसिंगकाकांच्याबरोबर अलिजांच्याकडे गेलो होतो.
शिवाजी	:	मग अलिजा काय म्हणाले?
संभाजी	:	आपल्या बीमारीबद्दल चौकशी करीत होते. पण आबासाहेब, आम्ही इकडचं त्यांना काहीएक सांगितलं नाही बरं का! आम्ही अलिजांना तसं साफ सांगून टाकलं की, खोदून-खोदून विचारलंत, तरी आम्ही तुम्हाला इकडचं काहीएक सांगणार नाही!
शिवाजी	:	(हसतात.) छान. अलिजा रागावले नाहीत?
संभाजी	:	उं... हूं!
शिवाजी	:	पण काहीतरी म्हणालेच असतील की तुमचे अलिजा?
संभाजी	:	हे हो काय, आबासाहेब?
शिवाजी	:	का? काय झालं?
संभाजी	:	सारखं-सारखं अलिजाच म्हणायचं नसतं. जहाँपनाह, खाविंद, शहेनशहा,—असं म्हणायचं.
शिवाजी	:	अरे वा! थोड्याच दिवसांत तुम्ही शाही रिवाजही शिकलात की.
संभाजी	:	तर काय सांगत होतो— हां! तेव्हा बादशहा म्हणाले, 'आम्हाला

बातमी सांगावी लागत नाही. ती आपोआप कळते.'

शिवाजी : हं!

संभाजी : आम्ही बादशहांना... नाही, नाही, शहेनशहांना सांगितलं, आम्हाला असल्या छावणीत रडायला आवडत नाही म्हणून.

शिवाजी : हं!

संभाजी : ते म्हणाले, तुम्हाला लवकरच हवेलीत पाठवून देऊ.

शिवाजी : हवेली? बाळराजे, तुमचे बादशहा असं म्हणाले? विठ्ठलदासाची तर हवेली नाही?

संभाजी : हो! तीच, तीच. आणि आबासाहेब, आज त्यांनी (बोटं मोजतो.) —'खाविंद' झालं. 'शहेनशहां', 'अलिजा'पण झालं. आता काय हो, आबासाहेब?

शिवाजी : अन्नदाता!

संभाजी : छे! 'अन्नदाता' म्हणायला ते काय परमेश्वर आहेत काय? सांगा ना दुसरं!

शिवाजी : औरंगजेब!

संभाजी : हां, चालेल! तर औरंगजेबांनी ही शाही कट्यार आम्हाला भेट म्हणून दिली. बघा ना किती चांगली आहे ती. (कट्यार उघडू लागतो.)

शिवाजी : हां, शंभूबाळ! कट्यार काढू नका. या शाही कट्यारी वरून किती जरी रत्नखचित असल्या, तरी मखमली आवरणाखाली दडलेलं त्यांचं पातं भारी विषारी असतं! जा, शंभूबाळ! हातपाय धुऊन देवाचं दर्शन घ्या. मग बोलू. (संभाजी जाऊ लागतो, तोच मागे फिरतो.)

संभाजी : आबासाहेब, एक सांगायचं आम्ही विसरलोच.

शिवाजी : काय?

संभाजी : रामसिंगकाकांनी आपल्याला निरोप दिला आहे.

शिवाजी : काय? काय निरोप आहे?

संभाजी : ते म्हणाले, 'पर्जन्यकाळ जवळ आला आहे, दाणावैरणीची तरतूद जल्दीने करा.' (जातो.)

शिवाजी : शंभूबाळ, घात झाला! तुमच्या बादशहांनी दावा साधला!

हिरोजी : काय झालं, महाराज?

(राजांच्या डोळ्यांत पाणी तरळते. क्षणमात्र राजे मान खाली

घालून हताशपणे स्तब्ध बसतात. त्यासरशी—)

हिरोजी : महाराज, आपण एवढं अस्वस्थ होण्याजोगं काय घडलं?

शिवाजी : 'काय घडलं,' म्हणून काय विचारतोस, हिरोजी? औरंगजेबानं दावा साधला. आमचा डाव पुरा होण्याच्या आधीच त्यानं मात केली. आमचा बंदोबस्त करण्यासाठी औरंगजेब एक हवेली बांधतो आहे, ते आम्हाला कळलं होतं. ती पुरी होताच आम्हाला तिथे नेलं जाईल. हवेली कसली? अंधारकोठडीच ती! त्या अटकेत आम्ही पडलो की, सुटण्याची आशा नाही. औरंगजेबाचा बेत पक्का झाला की, रामसिंग आम्हाला तो परवलीचा निरोप पाठवणार होता. ती घटका उद्याच येईल, असं आम्हाला वाटलं नव्हतं. 'पर्जन्यकाळ जवळ आला आहे. दाणावैरणीची तरतूद जल्दीने करा.' आता कसली तरतूद! आता उरला आहे नाश! आई भवानी, तुझ्या मनात आहे तरी काय!

हिरोजी : पण बादशहा एकदम उतावीळ का झाला?

शिवाजी : उतावीळ नाही. बादशहा सावध आहे. अरे, असा सावध शत्रू हुडकूनही दुनियेत सापडणार नाही. हिरोजी, आमच्यावरची अखंड नजर ढळू न देणारे फक्त दोघेच आम्हाला भेटले. एक औरंगजेब आणि दुसरा मृत्यू. मृत्यूची आम्ही कधीच तमा बाळगली नाही! औरंगजेबाच्या दृष्टीचीही आम्हाला कधी धास्ती वाटली नाही. पण आज भवानीमातेनं खदिरांगारांसारख्या लाल डोळ्यांनी आमच्याकडे पाहिलं. ती जळजळीत नजर! आमचं अवघं अवसान जाळून टाकते आहे. आई भवानी, आमच्याकडून अगणित चुका झाल्या. तू दिलेले एकूणएक इशारे आम्ही डावलले. त्याचं प्रायश्चित्त घ्यावयास आम्ही तयार आहोत. पण आई, हे राज्य जगू दे – वाचू दे!

हिरोजी : महाराज, आपल्या हातून चूक घडली, असं आम्हा कोणालाही वाटत नाही. जे घडलं ते—

शिवाजी : हिरोजी, वेडा तर नाहीस? अरे, आधी आम्ही या आग्र्यास यायचं आमंत्रण पत्करलंच कशाला? आलो तर आलो, पण शंभूराजांना संगती आणण्याचं आम्हाला टाळता आलं नसतं? आम्ही मिर्झाराजांच्या शब्दावर का एवढे गाफील राहिलो? औरंगजेबाच्या हिशेबी, अखेरीस मिर्झाराजांनादेखील काय किंमत आहे, हे त्यांना कळलं

नसेल, पण आम्हाला हेरता येत नव्हतं? समजून-उमजून दुश्मनाच्या गोटात यायचं एकदा ठरल्यावर ही मान-अपमानाची मिजास आम्ही का बाळगली? बादशाही फर्मान डोक्यावर धारण करून, वाजत-गाजत आम्ही छावणीत परतलो, त्या वेळीच शिवाजीचं अवघं राजेपण धुळीला मिळालं होतं! बादशहांची भेट झाली, त्या वेळी आमचा तोल एवढा गेलाच कसा? बादशहांनी शिवाजीला शागिर्दी सांगितली असती, तरी त्या घडीला तरी निमूटपणे ती पत्करायला हवी होती.

हिरोजी : महाराज...

शिवाजी : सामान्य माणसाला या चुका क्षम्य असतील. पण हिरोजी, राजाला असल्या गफलती करायला मुभा नाही. त्याचं शासन एकट्या राजाला मिळत नाही. उभं राज्य बरबाद होतं. आमची सारी स्वप्नं धुळीला मिळणार! आमच्या शब्दासाठी ज्यांनी आपलं रक्त सांडलं, त्या रक्ताची आमच्या गाफीलपणापायी माती-माती होणार. आई भवानी-मासाहेब-शंभूबाळ – स्वत:च्या करणीनं कसला प्रसंग ओढवून घेतला आम्ही! उभ्या दौलतीवर—

(इतक्यात भोयाच्या वेषात मदारी प्रवेशतो.)

मदारी : महाराज, कामगिरी फत्ते!

हिरोजी : भोयाच्या वेषात, मदारी, तू खरोखरीच पहाऱ्यातून बाहेर पडलास की काय?

(शिवाजीराजे दचकून वर पाहतात. मदारीला न्याहळू लागतात.)

मदारी : नुसता बाहेर पडलो नाही, सगळे चौकीपहारे ओलांडून, शहाजोगपणे सुखरूप परतदेखील आलो.

हिरोजी : आणि तुला कोणी ओळखलं नाही?

मदारी : कोणीही नाही! अगदी पोलादखानाच्या समोरून गेलो, तरी त्यानंही पेहचानलं नाही.

हिरोजी : आश्चर्य आहे.

मदारी : त्यात आश्चर्य काही नाही, राव. प्रत्येक चौकीवर हे मठ्ठं बोकड पेटारे तपासतात. पण पेटारे वाहून नेणाऱ्या भोयांचे चेहरे काही पाहत नाहीत.

हिरोजी : पण काय रे, चटणीभाकर मिळाली की नाही कुठे?

मदारी : तेवढा फेरफटका मारायला सवड मिळाली नाही. उद्या—

हिरोजी : उद्या? उद्या विसरा आता. उद्या आपणा सर्वांची रवानगी विठ्ठलदासाच्या हवेलीत.

मदारी : म्हणजे?

शिवाजी : मदारी, परमेश्वरकृपेनं खरोखरीच आमचं सिंहासन उभं राहिलं, तर आमच्या तख्ताची देखरेख करण्याचा मान तुलाच मिळेल.

मदारी : महाराज, काही गफलत घडली असती, तर—

शिवाजी : गफलत नाही. अरे, अजाण लेकराच्या मुखातून साक्षात परमेश्वर बोलत असतो. हिरोजी, मदारी, जे काय करायचं, ते उद्याच झालं पाहिजे. मीऽऽ

(इतक्यात पोलादखान येतो.)

पोलादखाँ : राजासाब, एक अर्ज हैं!

शिवाजी : सांगा.

पोलादखाँ : बादशहांच्या दरबाराच्या निमित्ताने या आग्र्यात अनेक फकीर आले आहेत. एक फकीर चांगले दोहे गातो. आवाजही मीठा आहे. आपण त्याला ऐकलं, तर आपली परेशानी दूर होईल.

शिवाजी : ऐकू केव्हातरी. त्यात काय?

पोलादखाँ : मी त्याला बाहेर अटकावून ठेवला आहे. इजाजत झाली, तर त्यांना घेऊन येतो.

शिवाजी : आपली मेहेरबानीऽऽ (पोलादखाँ जातो.) हिरोजी, संकटं यायला लागली की, एकटी येत नाहीत. आता हा फकीर आणखीन एक संकट. (पोलादखाँ येतो. त्याच्यापाठी फकीर येतो.)

पोलादखाँ : फकीर! ये हैं हमारे राजासाब! कुछ ऐसे दोहे सुनाव की उनकी तबियत एकदम दुरुस्त हो जाय!

फकीर : अल्लाकी दुवा! (शिवाजीकडे वळून) बेटे, सब ठीक होगा! सुनो. उनकी दुवा सुनो... (फकीर दोहा गात असतो. दोहा संपतो.) बेटा, दुवा लोऽऽऽ (शिवाजी हात पसरतो. फकीर काखेच्या झोळीतून उदी काढून राजांच्या हातात टाकतो. राजे आश्चर्य आवरतात.)

शिवाजी : पोलादखाँ, खरंच खूप बरं वाटलं. हा फकीर आमच्या सहवासात थोडा वेळा राहिला, तर बरं वाटेल. आणखीन ऐकावं, असं वाटतं.

पोलादखाँ : जरूर! जरूर! क्यों नही? याला ठेवून घ्या.

फकीर : खानसाब, मुझे तो जाना हैं!

पोलादखाँ : चूप! कहाँ जाना हैं? शहरात यायचा परवाना आहे का? बकवास

करू नको. नाहीतर कोतवालीत फेकून देईन.

शिवाजी : पोलादखाँसाहेब!

पोलादखाँ : राजासाब! काय सांगू!! भिकेसाठी साऱ्या मुलखाचे फकीर या आग्र्याला येत आहेत. हा असाच बिगरपरवाना घुसला होता. कोतवालीत अडकला होता. दोहे गात होता, म्हणून माझं लक्ष गेलं. राजासाब, आपण ऐका. मी जातो.

(पोलादखाँ निघून जातो. शिवाजी अंगठीकडे पाहतात.)

शिवाजी : संकटकाळी गरज पडली, तर आम्हाला आठवण म्हणून देण्यासाठी दिलेली ही अंगठी! पिराजी, आमच्या संकटासाठी तू धावून आलास!

पिराजी : राजे ओळखलंत?

शिवाजी : जेव्हा दोहा गात होतास, तेव्हाच ओळखलं. पिराजी, मासाहेब कशा आहेत?

पिराजी : आपल्या वाटेकडे डोळे लावून बसल्यात. थकल्यात.

शिवाजी : एका आईची सेवा करीत असता दुसऱ्या आईला अपार कष्ट दिले.—पिराजी, कुणी भेटलं होतं?

पिराजी : राजे, गडावर तुमचं पत्र मासाहेबांना मिळालं. कुणालाही काही कळेना. पण आऊसाहेबांनी गुंता उलगडला. मासाहेब म्हणाल्या, असतील ती विश्वासाची माणसं घ्या आणि वाटेवर पेरा. कोणत्या वेळेला माझ्या शिवाला मदतीचा हात लागेल, कोण सांगणार?

शिवाजी : मासाहेब! पिराजी, कासवाची पिलं आईच्या दृष्टीवर पोसतात, असं आम्ही ऐकत होतो. आज त्याची प्रचिती आली. (एकदम निश्चयी मुद्रेने) पिराजी, तुम्ही उद्याच आग्र्याबाहेर पडा. वाट तीच.

पिराजी : आणि महाराज आपण?

शिवाजी : आमच्या मासाहेबांनी आम्हाला कौल दिला आहे. आता आमची चिंता करू नका. हिरोजी, मदारी, इकडे या. मी काय सांगतो, ते सावधपणे ऐका. फकीर, तुम्ही दाराकडे लक्ष ठेवा – गा – आम्हाला दोहे ऐकवा.

(फकीर दोहे गाऊ लागतो. शिवाजीमहाराज हिरोजीला आणि मदारीला सूचना देऊ लागतात. त्याच वेळी हळूहळू अंधार होतो.)

(पडदा पडतो.)

[अंक दुसरा समाप्त]

अंक तिसरा

प्रवेश पहिला

स्थळ	:	*आग्रा. शिवाजी राजांची कैद-छावणी.*
		(शिवाजीराजे शय्येवर झोपले आहेत. हिरोजी, मदारी पेटारे बंद करीत आहेत. मदारी एक पेटारा उचलून पाहतो.)
हिरोजी	:	जड नाही ना?
मदारी	:	नाही. हलका आहे. पण सारं व्यवस्थित पार पडलं, म्हणजे मिळवली.
		(राजे उठून बसतात.)
शिवाजी	:	आपण यत्न करावा. भवानी यश देईल. मदारी, युवराज तयार आहेत ना?
मदारी	:	त्यांची काळजी नको. पण अजून रामसिंग आले नाहीत.
शिवाजी	:	ते आज येणार नाहीत. ते येताही उपयोगी नाही. सकाळीच आम्ही त्यांना 'बादशहांच्या समोरून हलू नका,' म्हणून सांगितलं आहे.
हिरोजी	:	मग आपणच...
शिवाजी	:	हो! आमचा बेत साधला, तर बिचारा रामसिंग बादशहाच्या संतापाला नाहक बळी पडेल. आणि कदाचित आम्ही सुटूही, पण काळजी वाटते ती तुमची!
मदारी	:	आमची काळजी नको, महाराज! पोलादखाँच्या हातावर तुरी दिल्याखेरीज आम्ही राहणार नाही.
शिवाजी	:	*(मदारीच्या खांद्यावर हात ठेवतात.)* असल्या फसवणुकीनं का आम्ही फसणार? पन्हाळ्याचा वेढा पडला. आमच्या सुटकेचा बेत पक्का झाला, तेव्हा शिवा न्हावी आमचा वेष करून पालखीत

बसून सरळ चार-दरवाजातून गडाखाली उतरला. आम्ही बाजी प्रभूंसह राजगडच्या दिशेनं गडाबाहेर पाऊल टाकलं. त्या वेळी शिवा असंच म्हणाला होता. तो सरळ सिद्दी जोहारच्या हाती सापडला. आमचं सोंग तसंच वठवीत राहिला. जेव्हा सिद्दीला तो खरा शिवाजी नाही हे कळलं, तेव्हा त्याच्या संतापाला माझा शिवा न्हावी बळी पडला.

मदारी : महाराज, म्हणूनच त्याचं नाव शिल्लक राहिलं. अजूनही म्हणतात, होता शिवा, म्हणून वाचला शिवबा.

शिवाजी : नाव राहिलं, पण माणसं गेली. नुसती आठवणीची सोबत जगायला बळ देत नाही. आमचा बेत सफल झाला, तर तुम्ही अडकून पडाल. तुम्हाला कोणी दया दाखवणार नाही.

हिरोजी : असल्यांची दया घेऊन जगल कोण?

शिवाजी : तेच! त्याचंच भय वाटतं. कैक वेळा हा खेळ नको वाटतो. तुमच्यासारखी माणसं मृत्यूच्या तोंडी देऊन हे राजेपण राखण्याऐवजी सरळ-सरळ झुंज देऊन आपलं जीवन संपवावं, असं वाटतं.

मदारी : नका राजे, असं बोलू नका! मराठी दौलतीचा तारणहार गेला, तर आमच्यासारख्या कवड्या जोगवा मागायलादेखील उपयोगी पडायच्या नाहीत. महाराज, पोलादखाँ यायची वेळ झाली, आपण विश्रांती घ्या.

(शिवाजी पलंगावर झोपतात.)

मदारी : हिरोजी, पहारेकरी बदलले नाहीत ना?

हिरोजी : नाही. आज तेच पहारे आहेत.

मदारी : साले! पहारा बदलला की, जरा किरकिर करतात.

हिरोजी : पण भोई?

मदारी : त्याची काळजी नको. सारे पारखून पाठवले आहेत रामसिंगांनी. —आरडाओरडा ऐकू येतो. पोलादखाँ येताहेत वाटतं.

(पोलादखाँ प्रवेश करतो.)

पोलादखाँ : मदारी, राजासाबकी तबियत कैसी हैं?

मदारी : कसली तबियत, खानसाब! आज तीनदा वैद्य येऊन गेले. मात्रा दिल्या. पण काही कमी नाही. बुखार वाढतोच आहे.

(शिवाजीराजे कष्टाने उठतात. मदारी, हिरोजी धावतात.)

पोलादखाँ : राजासाब, उठो मत! आप बीमार हैं!

शिवाजी : (कष्टाने) असं कसं? आपण एवढे आमच्या चौकशीला आलात, आणि आम्ही पडून राहायचं?

पोलादखाँ : पण आपण बीमार आहात.

शिवाजी : ही बीमारी आता फार काळ टिकायची नाही.

पोलादखाँ : अं?

शिवाजी : ती आमच्याबरोबरच जाईल. आता फार काळ तुम्हाला आमची तकलीफ पडायची नाही.

पोलादखाँ : क्या कहा आपने?

शिवाजी : आता आमचा भरोसा नाही, खानसाहेब! तुमचे बादशहा फारतर आमची लाश अडकवून ठेवतील. पण आमचा आत्मा त्यांना अडवता येणार नाही.

पोलादखाँ : युवराज कोठे दिसत नाहीत?

शिवाजी : वैद्यांनी रोग सांसर्गिक आहे, म्हणून सांगितलं. कदाचित देवी असतील, म्हणून सांगितलं.

पोलादखाँ : (मागे सरत) देवीऽऽ? याने माताकी बीमारी? हाय, अल्ला!

शिवाजी : तेव्हा युवराजांना रामसिंगांकडे पाठवलं...

पोलादखाँ : मी खाविंदांना दररोज आपली हालत कळवतो. पण त्यांनी हकीम पाठवला नाही. मैं मजबूर हूँ, राजासाब!

शिवाजी : आता धन्वंतरी अवतरला, तरी आम्हाला वाचवू शकेल, असं वाटत नाही. आईऽ गंऽऽ! मदारी, अंगावर फोड उठायला लागल्यासारखं वाटतंय?—

पोलादखाँ : राजासाब, आपण आराम करा. मी जातो. (शिवाजीराजे झोपतात. पोलादखाँचे लक्ष पेटाऱ्यांकडे जाते.)

पोलादखाँ : हे पेटारे अजून इथे? मदारी, कितनी दफा मैंने कहा। रात होनेके बाद हम पेटारें नहीं छोडेंगे।

मदारी : काय करणार, खानसाब! आमची धावपळ तुम्ही पाहिलीत ना? राजांची तबियत ही अशी! भोई आलेत, आता पेटारे पाठवतो.

पोलादखाँ : जल्दी करो!

मदारी : (पोलादखाँजवळ जातो. त्याची बाही पकडतो.) खानसाब, तुमचं कुणी औषध देणारं आहे का? राजांना बहुतेक देवीच झाली आहे.

पोलादखाँ : हटो! छुवो मत। ...दूरसे बात करो। (पोलादखाँ अंग झटकत बाहेर जातो. शिवाजीराजे चटकन उठतात.)

मदारी : देवी प्रसन्न झाली!

शिवाजी : आमच्यावर देवी नेहमीच प्रसन्न असते. मदारी आता सारं झटपट झालं पाहिजे.

मदारी : महाराज, सर्व तयारी आहे. आपण हिरोजीसह आत चलावं. (राजे आत जातात.)

(मदारी राजांच्या शय्येवर लोड ठेवतो. पांघरूण घालतो. दूर जाऊन सर्व ठीक असल्याचे पाहतो. राजांचा जिरेटोप पलंगाशेजारी ठेवतो. तोच हिरोजी बाहेर येतो.)

मदारी : हिरोजी, सर्व ठीक?

हिरोजी : हो. मी भोई घेऊन येऊ?

मदारी : त्याआधी बाळराजांना घेऊन ये.

(हिरोजी जातो. मदारी पेटारे पाहत असतो. तोच संभाजी हिरोजीसह येतो. त्याच्या कमरेला तलवार असते. मदारी तलवार काढून घेतो.)

हिरोजी, तू भोई घेऊन ये— बाळराजे, पेटाऱ्यात तलवार चालत नाही. आवाज होईल.

संभाजी : पण मदारीकाका, शिंक आली तर...

मदारी : शिंक आली तर... (विचार करतो. नाक दाबतो.)

संभाजी : आणि खोकला आला तर?—

(मदारी तोंडावर हात ठेवतो.)

आणि काका, एकाच वेळी शिंक आणि खोकला आला, तर?...

मदारी : तर आम्ही मेलो.

(त्याच वेळी आतून भोयाच्या वेषात शिवाजीराजे येतात. राजांच्या पायांत सुरवार, अंगात फतू. डोक्याला भोयाचे पागोटे आहे.)

शिवाजी : मदारी, आहे उत्तर!

संभाजी : (आश्चर्याने) आबासाहेब!

शिवाजी : हां, बाळराजे! आज आम्ही भोई आहोत. मदारी, भोई सजला ना?

मदारी : कपड्यांनी सजला.

शिवाजी : काय चुकलं?

मदारी : भोई ताठ उभा राहत नाही. अंग सैल सोडा, गर्दन झुकवा, हात बांधून उभे राहा, बादशहाची आदत चुकली तरी चालते, पण

भोयाचा रिवाज चुकून चालत नाही. समजलं?

शिवाजी : (हात बांधून उभा राहत. गर्दन झुकवून) जी, हुजूर...

मदारी : (धावतो. राजांचे पाय पकडतो.) क्षमा, महाराज...

शिवाजी : (मदारीला जवळ घेतात.) पूस ते डोळे. मला ते सहन व्हायचं नाही. मदारी, तू योग्य तेच सांगितलंस. राजा हासुद्धा भोईच असतो. त्यानं प्रजेशी नम्र असायला हवं. पाठीवरचा बोज सावरून चालायला हवं. बांधल्या हातांनी नतमस्तक होऊन प्रजादक्ष राहायला हवं.

संभाजी : आबासाहेब, तुम्ही भोई होणार?

शिवाजी : हां, बाळराजे!

संभाजी : आम्ही पेटाऱ्यात मुळीच बसणार नाही. तुम्ही भोई, आणि आम्ही पेटाऱ्यात बसणार! नाही, आबासाहेब!

शिवाजी : (संभाजीला जवळ घेऊन) शंभूबाळ, असा हट्ट करू नका. हे राजेपण पण सावरत असता चुकून भाग्याचा क्षण आला. तो आमचा आनंद गमावू नका. तुम्ही आमच्या अंगाखांद्यावर खेळतच वाढला ना! आमच्या खांद्यावर बसणं हा तर तुमचा हक्क! श्रीकृष्णाला टोपलीतून नेताना वसुदेवानं आनंद भोगला असेल, तो तुमच्या रूपानं आम्हाला मिळू द्या. (त्याच वेळी हिरोजी भोई घेऊन येतो. आत येताच भोई शिवाजीराजांकडे पाहतात.)

हिरोजी : ये हैं हमारे राजेसाब! (भोई मुजरा करतात.)

मदारी : मुजरा करायचा नाही. या भोयाचं नाव आहे श्रीराम. अमरसिंग, चूक होता कामा नये.

अमरसिंग : फिक्र मत कीजिये, हुजूर! जान कुर्बान होगी, लेकिन...

मदारी : समजलं. तुम्ही बाजूला उभे राहा. तुमच्यापैकी इथे कोण राहणार?

(एक भोई पुढे येतो.)

शिवाजी : तुझं नाव?

भोई : कर्तार – हुजूर.

शिवाजी : कर्तार. फिक्र मत कीजिये! तुम सलामत रहोगे!

भोई : जी!

(मदारी कर्तारचे हात बांधू लागतो.)

भोई : ऐसे नही! जोरसे, अमरसिंग. (अमरसिंग पुढे होतो. भरभर हात बांधतो. मुसक्या आवळतो. राजांच्या पलंगावर नेऊन त्याला

झोपवितात. मदारी संभाजीकडे पाहतो. हसतो.)

मदारी : बाळराजे, आता खोकला येतो?

संभाजी : नाही, काका. आम्ही खोकणार नाही.

मदारी : शिंक?

संभाजी : छे, छे. शिंकसुद्धा नाही.

मदारी : बाळराजे, चलावं.

(संभाजी राजांच्या पाया पडतात, राजे मायेने त्याला जवळ घेतात. संभाजी पेटाऱ्यात बसतात. तोच राजे हाक मारतात.)

शिवाजी : युवराज, जरा थांबा.

(पेटाऱ्यात बसलेला संभाजी उठून उभा राहतो. शिवाजीराजे जवळ येतात.)

शिवाजी : शंभूबाळ, भवानीमातेच्या कृपेनं सगळं काही सुरळीत पार पडेल. पण दुर्दैवानं काही विपरीतच घडायचं असेल— (थबकतात.)

संभाजी : आबासाहेऽब—

शिवाजी : समजा, तुमचा पेटारा वाटेत कुणी उघडला, तर?

संभाजी : (स्मित करून) आबासाहेब, मदारीकाकांनी आमची तलवार काढून घेतली, तरी ही शाही कट्यार तर आमच्याजवळ आहे! तुम्हीच सांगितलं ना की, या शाही कट्यारीचं पातं भारी विषारी असतं म्हणून? दुश्मनाच्या हाती आम्ही जिवंत तरी सापडणार नाहीच नाही. तसा प्रसंग पडलाच, तर आम्ही आनंदानं ही कट्यार आमच्या उरात—

शिवाजी : नाही, शंभूबाळ! जन्ममरणाचा गुंता इतक्या उतावीळपणानं सोडवू नका! आम्ही तुमचे भोई. तुमच्यासारखी स्वराज्याची अनमोल मिठाई आम्हाला संभाळता आली नाही, तर आमच्या भोईपणाला काहीच अर्थ राहणार नाही.

संभाजी : पण आबासाहेब! आपण नि:शस्त्र आहात—

शिवाजी : (स्मित करून) नि:शस्त्र? शंभूबाळ! आम्ही राजे! समर्थांसारख्या संन्याशाच्या कुबडीतदेखील गुप्ती राहत असेल, तर आमची भवानी तलवार आम्हाला विसरेल कशी? भवानीमातेच्या कृपेनंच आमची भवानी तलवार अनेक रूपांनी आमची सोबत करते. पाहायची आहे?

(पेटाऱ्याच्या दांड्याची मूठ ओढतात. पाते बाहेर येते.)

संभाजी : (चकित होऊन) आबासाहेब!

शिवाजी : इतकंच नव्हे, तर युवराज, आम्ही परत पाठवलेली विश्वासाची हजार माणसं आपल्या परतीच्या वाटेवर जागोजाग पेरलेली आहेत. ती सशस्त्रच आहेत. रात्रंदिवस, अष्टौप्रहर डोळ्यांत तेल घालून ती आमच्यावर लक्ष ठेवून आहेत. चिंता करू नका, युवराज! सगळं-सगळं ठीक होईल—

मदारी : महाराज, हीच युक्ती आपल्याबाबत केली असती, तर...

शिवाजी : आमच्या आकाराचा पेटारा! मदारी, उभ्या आग्रा शहराला मिठाई वाटायची आहे. काळजी करू नको. सेवावृत्तीत संकट कधी आडवं येत नाही. अशा वेळी बंद दरवाजे उघडायला देव धावतात.

(तोच पोलादखाँ येतो. त्याचे लक्ष भोयांकडे जाते.)

मदारी : खानसाहेब, पेटारे तयार आहेत.

(खान पेटाऱ्याकडे जातो. एक पेटारा उघडतो. डोकावून पाहतो. समाधानाने वळतो.)

पोलादखाँ : राजासाब!

मदारी : नुकतेच झोपलेत. झोप लागली नाही. थकवा आहे. उठवू?

पोलादखाँ : नही! नही! राजासाबको आरामकी सख्त जरूरत हैं। लेकिन मदारी, कालची मिठाई लाजबाब होती.

मदारी : राजांनी तशी सख्त ताकीदच दिली आहे. (संभाजीच्या पेटाऱ्यावर हात ठेवतो.) या मिठाईसारखी दुसरी मिठाई नाही. घरी जाईल, तेव्हा साऱ्यांचं तोंड गोड होईल.

पोलादखाँ : जाने दो.

मदारी : अमरसिंग, पेटारे उचला, एक पेटारा असदखाँच्या घरी जाऊ दे. दुसरा महाराज जसवंतसिंगांच्या हवेलीत. माहीत आहे ना?

अमरसिंग : जी!

(पेटारे उचलतात. पेटारे जाऊ लागतात.)

पोलादखाँ : सच कहूँ, मदारी? तुमच्या राजासाबसारखा रहेमदिल आदमी पाहायला मिळणार नाही.

मदारी : अगदी खरं सांगितलं, खानसाहेब. असा माणूस तुम्हाला परत पाहायला मिळणार नाही.

(पेटाऱ्यापाठोपाठ पोलादखाँ जातो. मदारी आनंदाने हिरोजीला मिठी मारतो.)

मदारी	:	हिरोजी, देवानं ऐकलं! राणीसाहेबांच्या वचनातून सुटलो.
हिरोजी	:	थोरल्या राणीसाहेबांच्या?
मदारी	:	नाही. धाकट्या पुतळाबाई राणीसाहेब.
हिरोजी	:	कसलं वचन?
मदारी	:	राजे इकडे यायला निघाले, तेव्हा त्यांनी डोळ्यांत पाणी आणलं. मी त्यांना सांगितलं, राजे परत घेऊन येईन, तरच तोंड दाखवीन.
हिरोजी	:	(हसतो.)
मदारी	:	का हसलास?
हिरोजी	:	राजे सुखरूप जात्याल, पण आपली धडगत दिसत नाही.
मदारी	:	अरे, सोड. या पोलादखाँच्या हातून मरण्यासाठी का आपण जन्मलो? जे व्हायचं, ते होईल. पण काहीही करून सकाळपर्यंत राजांना अवधी मिळायला हवा. जा, हिरोजी. त्या पोलादखाँला बोलावून आण.
हिरोजी	:	पोलादखाँला? इथे?
मदारी	:	हो!
हिरोजी	:	मदारी, भलती चेष्टा नको हं!
मदारी	:	अरे, बघ तरी! अशी वेळ शोधून सापडायची नाही. घाबरल्यासारखा जा, आणि 'मी बोलावलंय,' म्हणून सांग.

(हिरोजी जातो. मदारी, राजांच्या बिछायतीवरचे पांघरूण आणखी सारखे करतो. ते निरखीत मागे येतो, आणि एकदम जमिनीवर बसून रडू लागतो. त्याच वेळी पोलादखाँ येतो.)

पोलादखाँ	:	क्या हुवा! मदारीऽऽ?
मदारी	:	खानसाहेब, दैवानं दावा साधला! राजांना भारी बुखार चढला आहे. बोलता-बोलता होश गमावून बसले. साऱ्या अंगावर एवढ्याएवढ्या गाठी आल्या आहेत.
पोलादखाँ	:	तोबाऽऽ!
मदारी	:	खानसाहेब, तुम्ही तरी बघा (खानाचा हात धरतो.)
पोलादखाँ	:	(घाबरून हात झटकत) छुवो मत! दूरसे बात करो!
मदारी	:	पोलादखाँ, एक रहेम करा. पाय धरतो तुमचे!
पोलादखाँ	:	क्या?

मदारी : मी वैद्याला घेऊन येतो. हिरोजी युवराजांना घेऊन येईल. काही बरं-वाईट झालं, तर निदान बापलेकांची गाठ तरी पडेल!

पोलादखाँ : पण इथेऽऽ—

मदारी : आम्ही एवढ्यात येतो. तोवर आपला पहारेकरी उभा करा. राजे लवकर होशवर येतील, असं वाटत नाही.

पोलादखाँ : जल्दी आना!

मदारी : खानसाहेब, तुमचे उपकार आहेत. आम्ही आलोच. हिरोजी, रामसिंगांच्याकडे जा. युवराज झोपले असतील, तरी उठवून ताबडतोब घेऊन ये. बरोबर रामसिंगांनाही आण. खानसाहेब, परवानेऽऽ—

पोलादखाँ : जरूर मिलेंगे... लेकिन जल्दी आना!

मदारी : तुमच्यापेक्षा काळजी आम्हाला. ते जगले, तर आम्ही! नाहीतर— (हुंदका देतो.)

पोलादखाँ : चलो— अरे बाबा, रो मत. जल्दी चलो.

(पोलादखाँच्या मागून दोघे डोळे पुशीत जातात. प्रकाश मंदावता- मंदावता काळोख होतो. पुन्हा प्रकाश येतो. तेव्हा खिडक्यांतून प्रकाश आत आलेला असतो. कुठेतरी कोंबडा आरवल्याचा आवाज ऐकू येतो. भाल्याला टेकून पहारेकरी उभ्या-उभ्या पेंगत असतो. पोलादखाँ आत प्रवेश करतो. त्याच्याबरोबर म्हातारा हकीम असतो.)

पोलादखाँ : हकीमसाब, हे बादशाही हुकमाविरुद्ध आहे. पण इन्सानियत म्हणून काही चीज आहे ना! कैदी असला, तरी अमीर आदमी आहे, हकीमसाब!

हकीम : आप रहेमदिल हैं!

पोलादखाँ : राजासाबना बुखार आला. माताकी बीमारी हैं, ऐसे बोल रहे थे!

हकीम : माताकी बीमारी? बहुत बुरी बीमारी हैं!

पोलादखाँ : आज मीच खाविंदांची भेट घेणार आहे. हकीमसाब, ही जोखीम घेतल्यापासून झोप नाही. भूक नाही. परेशान झालो. (राजांच्या शय्येकडे पाहत) राजे अजून झोपलेत वाटते. काय रे, तू काय करतोस इथे?

पहारेकरी : जी! पहारा करतोय, हुजूर!

पोलादखाँ : मदारी, हिरोजी कहाँ हैं?

पहारेकरी : अभीतक आये नही?

पोलादखाँ : अभीतक आये नही? ये कैसे हो सकता हैं?

हकीम : बीमारीकी हालत देखकर भाग गये होंगे! खानसाब, मैं बीमारको दूरसे देखूँगा! छूऊंगा नही!

पोलादखाँ : खामोश! (राजांच्याकडे एक पाऊल टाकतो. परत मागे घेतो.) राजासाबऽऽ, राजासाबऽऽ, राजासाब, कुछ तो बोलो! मैं मिन्नत करता हूँ! राजासाब, बोलो! (काही हालचाल होत नाही.) या खुदाऽऽ! जिंदा हैं याऽऽ —पेहेरेदार, जरा देखो तो!

पहारेकरी : मैं? जी नही. हकीमसाब आप देखो!

हकीम : (मागे सरत) मैं? जी मैं नही।

पोलादखाँ : हुक्मकी तामील हो। देखोऽऽ।

पहारेकरी : (हकीमला ढकलीत) सुनते नही? हुक्मकी तामील हो। देखोऽऽ। (हकीम भीत-भीत जातो. हळुवारपणे पांघरूण उचलतो. आश्चर्यचकित होतो. पांघरूण काढतो. मुसक्या आवळलेला कर्तारसिंग दिसतो. पोलादखाँ धावतो. कर्तारला सोडवून आणतो.)

पोलादखाँ : कौन हो तुम?

कर्तारसिंग : मैं कर्तारसिंग, भोई! खानसाब, त्या शिवाजीनं मुसक्या आवळल्या!

पोलादखाँ : शिवाजीऽऽ? लेकिन वो तो बीमार...

कर्तारसिंग : शिवाजी आणि बीमार? खानसाब, शिवाजी शैतान आहे. भिंतीतून, खिडकीतून, दारातून शिवाजी आले! त्यांनी मला बांधलं...

पोलादखाँ : कुठे आहे तो? (तलवार उपसतो.)

कर्तारसिंग : (हताशपणे हात वर करतो. पोलादखाँ इकडेतिकडे पाहतो. आत जातो. बाहेर येतो. घामाने डबडबलेला असतो. तलवार गळून पडते.)

पोलादखाँ : (किंचाळतो.) शिवाजी! भाग गयाऽऽ! ये कैसे हो सकता हैंऽ? या अल्लाऽऽ! मर गया... मैं मर गया...! (उंचावलेले हात खाली येत असता रडू लागतो. रडता-रडता ढासळतो. हकीम त्याची नाडी पाहत असतो.)

हकीम : अभीतक मरा नही। जिंदा हैंऽऽ।

[प्रवेश पहिला समाप्त]

प्रवेश दुसरा

(रंगमंचावर प्रकाश येतो, तेव्हा

स्थळ : *औरंगजेबचा दिवाण-इ-खास.*
औरंगजेब बैठकीवर बसला आहे. एका हाती जपाची माळ
आहे.
समोर जाफरखान, असदखान, जसवंतसिंग उभे आहेत.)

औरंगजेब : या अल्ला! परवरदिगार! रहेमऽऽ रहेमऽऽ! बोल, जाफर. तुझी
कटकट एकदा संपू दे. सल्तनतीमध्ये कुठे बगावत झाली,
कुणाचा खून झाला, दरबारच्या कुणाशी भांडण कुठवर आलं, ते
सारं कानांवर घाल. म्हणजे त्या अल्ला परवरदिगारची याचना
करण्यात उरलेला दिवस काढता येईल.

जाफर : आपल्या आज्ञेप्रमाणे विठ्ठलदासाची हवेली पूर्ण झाली आहे.

औरंगजेब : कब?

जाफर : जी हुजूर! कल. गेला महिनाभर शेकडो मजूर लावून हवेली पूर्ण
करून घेतली.

औरंगजेब : हवेली बंदिस्त आहे?

जाफर : हवेली बंदिस्त आणि मजबूत आहे, अलिजा! मी पाहून आलो.
कैदखाना म्हणूनसुद्धा तिचा वापर करता येईल.

औरंगजेब : वैसाही होगा, जाफर! वैसाही होगा। आज तो सिवाजी हवेलीत
जाईल.

औरंगजेब : आम्ही जयसिंगाच्या जबाबाची वाट पाहत आहो. तोवर तो गद्दार
सिवाजी आमच्या कैदखान्यात राहील. मिर्झाराजांनी शिवाजीच्या
जीविताची हमी दिली आहे. त्याला आम्ही बांधले गेलो आहोत.
मिर्झाराजांची वचनातून सुटका झाली की, शिवाजीची कत्तल
करू. जसवंतसिंग दक्षिणेचा सुभेदार बनेल. हिंदुस्थानात आम्हाला
दुश्मन राहणार नाही.

जसवंतसिंग : जहाँपन्हा! त्या शिवाजीची फिक्र करू नये. एक वर्षाच्या आत
त्याचा मुलूख मी ठाकठीक केला नाही, तर परत अलिजांना तोंड
दाखवणार नाही.

औरंगजेब : तर मग तुझं तोंड दिसणार नाही! अशीच बकवास त्या आदिलशाही
अफझलनं केली होती. तो तोंड दाखवायलादेखील माघारी आला
नाही. ऐंशी हजारांची फौज घेऊन शाइस्तेखान गेला, तुटलेली

बोटं दाखवायला माघारी आला.

जसवंतसिंग : अन्नदाता, तेव्हा गाठ शिवाजीशी होती. आता शिवाजी कैदेत आहे. त्याचा मुलूख कबजात आणायला कितीसा वेळ!

औरंगजेब : जसवंत, मी साफ-साफ विचारतो. तू राजा आहेस ना? तुझी कत्तल केली, तर तुझ्या मुलखात बंडावा होईल? अशक्य! उलट तुझे वारस 'आम्हाला गादी द्या,' म्हणून नजराणे घेऊन माझ्या सामोरे येतील. शिवाजी आणि इतर राजे यांत हाच फरक आहे.

जसवंतसिंग : माफी, हुजूर! आम्ही अस्सल राजपूत! पिढीजाद राजे आहोत. आमची तुलना त्या शिवाजीशी...

औरंगजेब : नाही, जसवंतसिंग. तेवढा अनजान मी नाही. त्याची तुलना तुमच्या बरोबर मी करीन कशी? कुठे तो आणि कुठे तुम्ही? तो सिसोदीय वंशाचा असूनही स्वत:ला मरहट्टा म्हणवितो. त्यात त्याला अभिमान वाटतो. तो कडवा हिंदू असूनही परधर्मीयांची नफरत करीत नाही. राजा असूनही तो सत्ता जाणीत नाही. तो शूर आहे, पण त्याला बळजोरी मंजूर नाही. तो पेहचानतो फक्त इन्सानियत. जाफर, वाळवंटात उगवणाऱ्या झाडाची एक जात आहे. त्या झाडाचं फूल भररात्री उमलतं. त्याचा मस्त सुगंध साऱ्या वाळवंटात दरवळतो. ते फूल एकच रात्र टिकतं. पण त्याचा सुगंध जो घेतो, तो उम्रभर त्याच वासात राहतो. हा शिवाजी त्या खुशबूदार फुलासारखा आहे. त्यानं नवीन खुशबूची पैदास केली. एक नवं स्वप्नं पाहिलं. ते धर्मनिष्ठ नव्हतं. जातिनिष्ठ नव्हतं. सत्तेच्या अहंकाराचा स्पर्शही नव्हता. इन्सानियत, माणुसकी हाच त्याचा पाया होता. ते स्वप्न त्यानं आपल्या भूमीत पेरलं, राबवलं, वाढवलं. शिवाजीची कत्तल सहज करता येईल, पण ते स्वप्न ते तसंच राहील. त्याची मला भीती वाटते. त्याच्या खिलाफ लढायला माणसांचे दोनच नव्हे, हजारो हात अपुरे आहेत. शत्रूकडून ते काम होणार नाही, हे त्याच्याच हातून घडेल. घडवावं लागेल...

जाफर : अलिजा, समझे नही!

औरंगजेब : (हसतो.) जाफर मी आजच्या दिवसाची वाट पाहत होतो. हा दिवस एवढ्या लवकर माझ्या आयुष्यात दिसेल, असं मला वाटलं नव्हतं. आज शिवाजीचा पुरा बंदोबस्त होईल. नंतर तो आजारात मेला, असं आम्ही जाहीर करू. त्याच्या प्रजेला शोकसंदेश

पाठवू. त्याच्या युवराजाची जसवंतसिंगाबरोबर रवानगी करू. संभाजी नावाचा राजा राहील. जसवंतसिंग सुभेदार बनेल. जसवंतसिंग ऐश्वर्याचा भोक्ता आहे. जनानखाने बाळगण्याची त्याला हौस आहे. सत्तेसाठी बळजोरी करण्याची त्याची हिंमत आहे. त्याच्या हुक्मतीखाली शिवाजीचा मुलूख सरळ व्हायला फारसा वेळ लागणार नाही...

क्यों जसवंतसिंग?

जसवंतसिंग : अन्नदाता सर्वज्ञ आहेत...

(सेवक प्रवेश करतो.)

सेवक : जहाँपनाह, कुंवर रामसिंग आणि पोलादखाँ अर्ज मागताहेत.

औरंगजेब : पाठवून दे.

(सेवक जातो.)

आज अल्लानं सारंच मनाजोगं करायचं ठरवलेलं दिसतं. काही क्षणापूर्वीच रामसिंगाला आणि पोलादखाँला बोलावून घ्यायचं आमच्या मनात आलं होतं. पोलादखाँ मूर्ख असेल, पण इमानदार आहे. त्याचाच पहारा शिवाजीवर राहील.— जाफर, शिवाजीला नवी हवेली आवडेल ना?

जाफर : जहाँपनाह, हवेलीत जाताच तबियत खूश होऊन जाईल त्याची. (हसतो.)

(रामसिंग, पोलादखाँ प्रवेश करतात.)

औरंगजेब : कुंवर रामसिंग, सदैव हसऱ्या चेहऱ्यानं माझ्यासमोर येणारा तू! आज एवढ्या म्लान चेहऱ्यानं का आलास?

रामसिंग : अन्नदाता, मी खूशखबर घेऊन आलो नाही.

औरंगजेब : त्याची चिंता करू नको. आज मी खूश आहे. आज कोणी कसलाही गुन्हा करावा, तो माफच होईल. आज कसलीही बातमी मला ऐकावी लागली, तरी ती खूशखबरच असेल. पोलादखाँ, तुझ्या इमानदारीचं तुला जरूर फळ मिळेल.

पोलादखाँ : अलिजा! मी बेकसूर आहे!

औरंगजेब : हम जानते हैं । हमें तुम्हारे लिये बहोत हमदर्दी हैं । आज हम तुम्हें और एक किताबत देंगे । आजसे तुम्हें 'पोलादखाँ हुक्मे मालिक' कहा जाय ।

जसवंतसिंग : जिल्हे सुभानकी जय हो । मुबारक पोलादखाँ हुक्मे मालिक!

पोलादखाँ : (थरथरत) अलिजाऽऽ, (रडू लागतो.)

औरंगजेब : क्यों, रोता हैं क्यों? क्या हुआ?

जसवंतसिंग : अलिजा, बिचाऱ्याला आनंद सहन झाला नसेल!

रामसिंग : अन्नदाताऽऽ

औरंगजेब : क्या हैं? बोलोऽ!

रामसिंग : अन्नदाता, शिवाजीऽ

औरंगजेब : शिवाजी— बोलो!

रामसिंग : शिवाजी गयाऽऽ!

औरंगजेब : शिवाजी गयाऽऽ? चल बसाऽऽ फिर रोनेकी क्या जरूरत हैं? अल्ला रहेमदिल आहे. त्यानं माझे श्रम वाचवले. शिवाजी मर गया! बहुत अच्छा हुआ!

रामसिंग : अलिजा! वो मरा नहीऽऽ!

औरंगजेब : मरा नही?

रामसिंग : जी नही! भाग गयाऽऽ!

औरंगजेब : शिवाजीऽऽ भाग गयाऽऽ? याने... अल्ला परवरदिगारऽऽ (किंचाळतो.) कैसा भाग गया? कहाँसे भाग गयाऽऽ?

(पोलादखाँ पुढे येतो. लोटांगण घालतो. पाय धरतो.)

पोलादखाँ : रहेम, अलिजा, रहेम! माझा काही कसूर नाही. खुदातालाची कसम घेऊन सांगतो, जहाँपनाह! तो माझ्या पहाऱ्यातून गेला नाही.

औरंगजेब : बकवास बंद करो! बेमुरख! तो पहाऱ्यातून गेला नाही, तर काय अस्मान भेदून गेला?

पोलादखाँ : जी, जहाँपनाह! तसंच काहीतरी झालं. तो तिथून गेला असेल. नाहीतर... (जमिनीकडे बोट दाखवितो.)

औरंगजेब : गिरफदार करो इसे! (सेवक धावतात. पोलादखाँला पकडतात. औरंगजेब त्याची तलवार काढून जमिनीवर फेकतो.) ज्याच्या नजरेतून तो शिवाजी सुटला, ते डोळे काय कामाचे?

पोलादखाँ : अलिजा, रहेम! मैं बेकसूर हूँ!

औरंगजेब : या पोलादखाँचे डोळे उखडून काढा, आणि आग्र्याच्या वेशीत याला ठेवा. या अंधळ्याला सारे लोक पाहतील.

रामसिंग : अन्नदाता! चारी वाटेनं फौज सुटली आहे. शिवाजी सापडल्याखेरीज

राहणार नाही.

औरंगजेब : रामसिंग! तू हे मला सांगतोस? ज्यांनी शिवाजीला पळून जायला मदत केली, त्यांच्या टापेखाली तो सापडेल कसा?

जाफर : शहेनशहा! साऱ्या सुभ्यांना खलिते पाठवू. शिवाजी फार दूर गेला नसेल.

औरंगजेब : बकवास! सिर्फ बकवास!! चारी वाटांना फौज सोडलीत, पण आग्र्यात त्याला कुणी हुडकलं का? मला सारं समजून चुकलं आहे. तुम्ही या कटात सारे सामील आहात.

जाफर : अलिजा!

औरंगजेब : चूप! माझ्या रोषाला तू आणखीन बळी पडू नको.
—रामसिंग शिवाजीच्या त्या पोरट्याला माझ्यासमोर हजर करा.

रामसिंग : अन्नदाता!

औरंगजेब : का तोही पळून गेला?

रामसिंग : जी, अन्नदाता!

औरंगजेब : त्याचे साथीदार? (रामसिंग काही बोलत नाही. औरंगजेब हसतो. गंभीर होतो. रामसिंगावर दृष्टी स्थिरावते.) रामसिंग! तू? शेवटी तूही दगाबाज ठरलास ना? माझ्या मुठीतून बाप-भाऊ सुटले नाहीत. फक्त दुश्मन सुटला! शिवाजीनं माझ्यावर मात केली! जाफर, दिल्ली सल्तनतीचा बादशहा आज हरला.

जाफर : जहाँपनाह, थोडा अवधी द्यावा. शिवाजी कैद झाल्यावाचून राहायचा नाही.

औरंगजेब : आता शिवाजीला पकडायला या औरंगजेबाची उम्र पुरेशी पडायची नाही. जाफर, सल्तनतीची इज्जत टिकवायची असेल, तर आता एकच करा.

जाफर : जी, जहाँपनाह!

औरंगजेब : तो शिवाजी आपल्या घरी जाण्याआधी त्याला खिलाफत पाठवून द्या. 'राजा' ही खिलाफत पाठवा. रत्नजडित तलवार पाठवा! शाही तख्ताची अब्रू वाचली, तर त्यानेच वाचेल.

जाफर : जैसा हुक्म हो, हुजूर!

औरंगजेब : आपल्या मुलुखापासून दूर आमच्या पंजांत पुरा सापडलेल्या शिवाजीला सोडवण्यासाठी जिवाला जीव देणारी शेकडो माणसांची पैदास त्याला करता आली. पण या औरंगजेबाला एक सच्चा माणूस मिळवता आला नाही. हाच औरंगजेबाचा पराभव आहे.

वही उनकी हार हैं. रामसिंग, माझ्या डोळ्यांसमोरून दूर जा. परत माझ्या नजरेसमोर येऊ नको. तुझी जहागीर आजपासून जप्त झाली आहे. माझ्या हुकुमाखेरीज तुला आग्रा सोडता येणार नाही. सारे चालते व्हा! निघून जा इथून!! (सारे मुजरे करून निघून जातात. एकटा आलमगीर राहतो. हात उंचावतो.) अल्ला परवरदिगारऽऽ! कोणत्या चुकीसाठी मला ही शिक्षा केलीस? हा औरंगजेब तुझा बंदा असताना त्याच्या नशिबी हा दिवस का दाखवलास? आज या शिवाजीच्या पळून जाण्याने माझ्या तख्ताला जो तडा जातो आहे, तो तरी सांधण्याचं बळ तू देणार आहेस का? (बोलत असता औरंगजेब गुडघे टेकतो. प्रवेश संपतो. प्रकाश मंदावतो.)

[प्रवेश दुसरा समाप्त]

प्रवेश तिसरा

(रंगमंचावर प्रकाश येतो, त्या वेळी

स्थळ : राजगडमहाल. रंगमंचावर जिजाबाई, पुतळाबाई. जिजाबाई पाटावर बसली आहे. त्यांच्यासमोर दुसऱ्या पाटावर शिवलिंग आहे. त्या शिवलिंगाभोवती अनेक लहान शिवलिंगे आहेत. जिजाबाई बेलपत्रांतले एकएक पान उचलून शिवलिंगावर टाकते आहे. त्याच वेळी मोरोपंत आत येतो.)

जिजाबाई : आजचा शेवटचा सोमवार, ज्योतिषानं अकरा दिवस एकशेएक शिवलिंगांची पूजा करायला सांगितली. 'संकट टळेल,' म्हणाला. आता तो देव जाणे, आणि ते संकट जाणे!

मोरोपंत : मासाहेब!

जिजाबाई : काय रे?

मोरोपंत : पूजा झाली?

जिजाबाई : आत्ता हीच झाली. काय काम काढलंस?

मोरोपंत : जरा मोठ्या सदरेवर आपल्याला जावं लागेल, असं दिसतं.

जिजाबाई : का रे?

मोरोपंत	:	उत्तरेचे बैरागी आलेत. आपलं दर्शन मागतात.
जिजाबाई	:	कसलं दर्शन! अरे, आता थकले मी. पायऱ्या चढणं-उतरणं होत नाही. आतापर्यंत थोडा का दानधर्म केला! पण काही फळाला येत नाही. बघ, त्यांना काय हवं असेल ते दे, आणि वाटेला लाव.
मोरोपंत	:	आपण सांगण्याआधीच सारं सांगितलं, पण बैरागी हलत नाहीत. आपलं दर्शन झाल्याखेरीज हलणार नाही, म्हणतात.
जिजाबाई	:	बैरागीसुद्धा हट्टी बनले ना रे! बरं तर. कुणाचे आशीर्वाद फळाला येत नाहीत, निदान शाप तरी नकोत. (जिजाबाई उठू लागते. तोल जातो. मोरोपंत धावतो. हाताचा आधार देतो.) आताशा तोल जातो बघ रे!
मोरोपंत	:	मासाहेब! वय झालं. हे उपासतापास. त्यामुळे...
जिजाबाई	:	मग मरण का रे येत नाही? (मोरोपंत, पुतळाबाई चपापून जिजाऊंकडे पाहतात.) तो दिसल्याखेरीज डोळे मिटत नाहीत. आणि तो काही दिसत नाही. असं झालंय बघ. मी ठीक आहे. त्या बैराग्यांना घेऊन ये.
मोरोपंत	:	इथे?
जिजाबाई	:	मला कुठे नेतोस खालच्या सदरेवर? तुमचे राजे गेल्यापासून साऱ्या वाड्याचीच सदर झालीय बघ. कुठे चैन पडत नाही, म्हणून तर त्याच्या महालात बसून राहते. इथे राहिलं की, त्याच्या सोबतीनं राहिल्यासारखं वाटतं.
मोरोपंत	:	मग त्या बैराग्यांना घेऊन येऊ?
जिजाबाई	:	बैरागी! हां, विसरलेच बघ. अलीकडे असंच विसरायला होतं बघ. मघा देवाला बेल घालत होते ना? शिव-शिव म्हणायच्याऐवजी शिवबा-शिवबा म्हणत बसले.
मोरोपंत	:	मी बैराग्यांना घेऊन येतो.
जिजाबाई	:	घेऊन ये. जा.

(मोरोपंत जातात.)

| जिजाबाई | : | आता हे बैरागी. कोण असतील बापडे! पोटासाठी कुठच्याकुठे फिरत जायचं! मी सांगते ऐकून ठेव. आता येतील. एखादा नदीतला बाण हातावर ठेवतील. कुठल्यातरी देवाचा अंगारा कपाळी लावतील. शिवबा भेटेल, म्हणून सांगतील. ते ऐकून मन हरखून जाईल. मी म्हणेन, 'तुझ्या तोंडात साखर पडू दे.' आणि |

मग बैरागी मागतील, तेवढ्या मोहरा त्यांच्या पदरात टाकीन. देव्हाऱ्यात आणखीन एका देवाची भर पडेल. देवळात गेलं, तर तिथल्या गर्दीत जीव मेटाकुटी येतो. मग या देव्हाऱ्यातल्या देवांना किती त्रास होत असेल गं!

(मोरोपंत बैराग्यांसह प्रवेश करतात.)

मोरोपंत : मासाहेब, बैरागी आले.

(जिजाबाई बैराग्यांच्याकडे पाहत असतात. त्यांतला प्रमुख बैरागी पुढे होतो. सरळ जिजाबाईंच्या जवळ जाऊन जिजाबाईंच्या पायांवर मस्तक ठेवतो. जिजाबाई भीतीने मागे सरकतात.)

जिजाबाई : अरे बैरागी ना तू? आतापर्यंत थोडे का अपशकुन झाले! त्यांत तू भर घालतोस? बैरागी कधी पाया पडतात का रे?

(बैरागी उठत असता शब्द कानांवर पडतात.)

बैरागी : मासाहेब! तुम्ही आम्हास ओळखलं नाही!

(शिवाजीराजे उठत असताना आपल्या मस्तकावरचे फडके दूर करतात. जिजाबाई आश्चर्यचकित होऊन पाहत असतात. तिचे ओठ थरथरू लागतात. डोळे भरून येतात.)

जिजाबाई : शिवबा, माझा शिवबा—

जिजाबाई : थांब, तू शिवबाच असलास, तर तुझ्या कपाळावर अफझल्यानं केलेला समशेरीचा वण मला चाचपून पाहू दे.

शिवाजी : मासाहेब, हेही बैरागी. हा हिरोजी आणि हा मदारी.

जिजाबाई : मदारी, तूदेखील बैराग्याच्या वेषात?

मदारी : मासाहेब, वरल्या वेषावर काय आहे? अल्लाताला आतला पाक दिल तेवढा जाणतो.

(जिजाबाई वणाची खात्री करून घेतात. शिवाजी हात पसरतात. जिजाबाई त्या मिठीत बद्ध होते. सर्वांना आनंद होतो.)

मोरोपंत : क्षमा, महाराज. आम्ही आपल्याला ओळखलं नाही.

जिजाबाई : (मिठीतून दूर होत) शिवबा! ते बघ ना! मी शिवाची पूजा करीत होते ना, म्हणून त्यानं तुला बैराग्याच्या वेषात पाठवलं.

मोरोपंत : राजे, गेले दोन दिवस आम्ही भारी काळजीत होतो. मासाहेबांनासुद्धा सांगितलं नाही.

शिवाजी : काय झालं, मोरोपंत?

मोरोपंत : दोन दिवसांमागे औरंगजेबाकडून 'राजा' ही किताबत, मानवस्त्रे आणि शाही तलवार खलित्यासह आली होती. त्या चेष्टेचा अर्थ लागत नव्हता.

शिवाजी : ती चेष्टा नव्हे. औरंगजेब थोर राजकारणी, मुत्सद्दी आहेत. आम्ही सुटून गेलेले पाहताच आपला बोज राखण्यासाठी त्यांच्या हाती तेवढंच राहिलं होतं.

शिवाजी : मासाहेब, त्या औरंगजेबाच्या बुद्धिमत्तेला तोड नाही. आमच्या दोघांच्याही चुका झाल्या.

जिजाबाई : चूक!

शिवाजी : हो ना! आम्ही बादशहाचं आमंत्रण खरं समजून आग्र्याला गेलो, ही आमची चूक. आणि आम्ही आग्र्यात पाऊल ठेवताच औरंगजेबानं आमची कत्तल केली नाही, ही औरंगजेबाची चूक! तुमच्या आशीर्वादानं आम्हाला काळदाढेतून सुटता आलं. प्रत्यक्ष पित्याला तुरुंगात टाकणाऱ्या त्या औरंगजेबाला आशीर्वाद द्यायला आई नसल्यानं त्याला त्याचा हेतू साधता आला नसेल.

जिजाबाई : शिवबा, केवढं सोसलं असशील? तू राजा! बैरागी बनून जिवाची वणवण करून घेतलीस.

शिवाजी : मासाहेब, भिक्षेसारखं सुख नाही. रानोमाळ फिरत असता या सुंदर भूमीचं, दैवतांचं दर्शन झालं. पण ज्यांचं राजेपण आम्ही मिरवतो, त्या माणसांची सुखदुःखं उघड्या डोळ्यांनी अनवाणी पायांनी फिरत पाहिली. हे दारिद्र्य पाहून अनवाणी पाय फुटतात, रक्ताळतात. मग मनाची दशा काय होत असेल? ज्याला राजा व्हायचं असेल, त्यानं एकदा तरी भिक्षा मागावी आणि मुलुखात अनवाणी फिरावं. त्याखेरीज प्रजेची दुःखं कळणार नाहीत.

(हे बोलणे चालले असतानाच पुतळाबाई जोडे आणून सामोरे ठेवते. शिवाजीराजे स्मितमुखाने त्या जोड्यांचा स्वीकार करतात.)

जिजाबाई : थांबा, राजे! तुम्ही गेल्यापासून तुमचा जिरेटोप बैठकीवर तसाच जपला. तो घातल्याखेरीज हे बैरागीपण उतरणार नाही.

(जिजाबाई जिरेटोप घेऊन येते.)

शिवाजी : मासाहेब, तुम्ही जिरेटोप जपलात. यांनी आमचे चढाव. मधल्या शिवाजीची काळजी करण्याचं काहीच कारण नव्हतं.

(शिवाजी बसतो. जिजाबाई त्याच्या मस्तकावर जिरेटोप ठेवते. शिवाजीराजे कफनी काढतात. आत मूळचा वेष असतो.)

जिजाबाई : शिवबा, हे रूप पाहायला जीव उतावीळ होत होता बघ. आता कसली इच्छा नाही. आता केव्हाही परमेश्वरानं न्यावं.

शिवाजी : नाही, मासाहेब. तुमची सुटका एवढ्यात नाही. ते श्रींचं राज्य साकारलेलं तुम्हाला पाहावंच लागेल.

जिजाबाई : अरे, सत्तरी ओलांडली. आता फार दिवस राहिले नाहीत. राजे, तुम्ही आलात, पण आमचे युवराज कुठे आहेत?

शिवाजी : मासाहेब! नको तो प्रश्न नाही त्या वेळी विचारलात. मन वज्रासारखं करून ऐका. आमचे युवराज आम्हाला सोडून गेले. मथुरेत युवराजांचा काळ झाला!

(जिजाबाई शोकक्लांत होऊन खाली बसते. पुतळाबाई तोंडाला पदर लावून रडू लागते. सारे अश्रू टिपीत असतात.)

शिवाजी : बस्स करा! राजांच्या माथी फक्त दोनच गोष्टी लिहिलेल्या असतात काय – आनंदाच्या, विजयाच्या वार्तेबरोबर उठणारा तोफांचा आवाज? आणि मृत्यूच्या वार्तेबरोबर उठणारा आक्रोश? निदान अशा प्रसंगी तरी जरा एकांत लाभू द्याल का?

(सारे मुजरा करून मागल्या पावली जातात. जिजाबाई, पुतळाबाई राहतात. शिवाजी जिजाबाईंकडे पाहतो.)

शिवाजी : मासाहेब!

जिजाबाई : काही सांगू नको, शिवबा!

शिवाजी : मासाहेब आमचं जरा ऐका!

जिजाबाई : काय ऐका? नको ते ऐकलं. आणखीन काय ऐकू? थोरामोठ्यांच्या राजकारणात हकनाक माझं पोर हरवलंत! शिवबा, निदान त्या सईला दिलेल्या वचनाची तरी आठवण ठेवायची होतीस. अखेरीला तिला शब्द दिला होतास ना! तळहातावरल्या फोडासारखा संभाजीला जपेन म्हणाला होतास. हेच जपलंस का रे?

शिवाजी : मासाहेब, जरा समजून घ्या. उठा, मासाहेब. त्या पुजलेल्या देवाजवळ चला—

जिजाबाई : देवाजवळ? आता कोण आहे तिथे? अरे, माझा बाळकृष्ण हरवला, तिथे त्या रित्या गाभाऱ्यासमोर जाऊ कशाला?

(शिवाजीचे डोळे भरून येतात. कष्टाने स्वत:ला सावरीत ते जिजाऊंजवळ जातात. त्यांना खांद्याला धरून उठवितात.)

शिवाजी : (कठोरतेने) मासाहेब, उठा म्हणतो ना! (जिजाबाई उठते शिवाजीराजे पिंडीजवळ जातात. पिंडीवर उजवा हात ठेवतात.) ऐका, मासाहेब. रोहिडेश्वरावर स्वराज्याची शपथ याच शिवपिंडीवर हात ठेवून घेतली होती. त्याच शिवलिंगावर हात ठेवून आम्ही सांगतो— तुमचे युवराज सुखरूप आहेत. मथुरेत.

जिजाबाई : शिवबा—

शिवाजी : पण ते इथे सुखरूपपणे पोचायचे असले, तर हीच समजूत राहिली पाहिजे. युवराजांचा शोक जाहीर करा. ती बातमी दिल्लीत जाईल. त्यांचा शोध थांबेल. नंतर ते सुरक्षित गडावर येतील. युवराज गडावर येईपर्यंत ही बातमी कुणाला समजता कामा नये. तुम्ही त्या कटात असंच सामील झालं पाहिजे.

जिजाबाई : शिवबा, तुझ्या असल्या राजकारणानं साध्या माणसाची आतडी तुटतात रे! आता ते सोसण्याचं वयही राहिलं नाही!

शिवाजी : (जिजाऊंना मिठीत घेत) मासाहेब! सोसायला हवं! आपणा सर्वांना ते सोसायला हवं! त्या औरंगजेबानं खूप शिकवलं! मासाहेब, आता पूर्वीचा शिवाजी राहिला नाही. स्वत:च्या घरात सुरक्षित राहतो, म्हणून कोणी-कोणी राहू देत नाही. तसल्या सोसण्याला दुबळेपणा म्हणतात. आपलं बळ प्रस्थापित केल्याखेरीज कोणी राहत नाही. मासाहेब, यापुढं तुम्हाला एक वेगळी झेप दिसेल. मासाहेब, तुम्ही आम्हाला गरुड समजता ना? मग त्या गरुडाची सावली, साऱ्या हिंदोस्ताँवर पसरलेली तुम्हाला दिसेल. तो दिवस दूर नाही. कारण हे व्हावे, हे तो श्रींची इच्छा!

जिजाबाई : तथास्तु!

(पडदा)

समाप्त

स्वामी

(तीन अंकी नाटक)

रणजित देसाई

शास्त्री : वहिनीसाहेब, श्रीमंत गेले आणि मराठी दौलतीचा कणाच मोडला. पानिपताचा घाव यापुढे काहीच नाही. अवघ्या अकरा वर्षांच्या कारकीर्दीत बलाढ्य शत्रूंचं पारिपत्य करून पेशवाईचं कर्ज निवारणारा, पानिपताचा कलंक धुऊन काढणारा असा प्रजादक्ष पेशवा परत मिळणं कठीण!

रमा : स्वारींना फार काळ तिष्ठत ठेवणं बरं नाही. आम्ही मंदिरात येऊ. चिंतामणीच्या साक्षीनं आम्ही स्वारींच्या मागून जाऊ.

'स्वामी' या अजरामर साहित्यकृतीचे नाट्य-रूपांतर!

रामशास्त्री

(तीन अंकी नाटक)

रणजित देसाई

शास्त्रीबुवा, धन्य तुम्ही. सत्तेच्या लोभापायी आप्तस्वकीयांचे मुडदे पाडावेत,
हे मुगलांचं दुर्व्यसन. त्याचा हा कलंक मराठी दौलतीला लागला आणि
उभी दौलत मनात कासावीस झाली; पण या भूमीत हे खपवून घेतलं
जाणार नाही, असं निर्धारानं बजावणारा एक तरी नि:स्पृह कर्मयोगी
निघाला म्हणून या मसनदीची, या उभ्या मराठी दौलतीची आज बूज
राहिली. गादीला मुजरा करण्यासाठी म्यानाबाहेर पडलेल्या तलवारी आज
मानाचा पहिला मुजरा तुम्हालाच करतील....

रामशास्त्रींच्या परखड न्यायत्वाचे दर्शन घडविणारे नाटक.

———————

www.ingramcontent.com/pod-product-compliance
Lightning Source LLC
LaVergne TN
LVHW020005230825
819400LV00033B/1017
* 9 7 8 8 1 8 4 9 8 5 0 7 8 *